SALAMU KUTOKA KUZIMU

Ben R. Mtobwa

Simulizi Sisimka

SALAMU KUTOKA KUZIMU

Ben R. Mtobwa

Simulizi Sisimka

Nairobi • Kampala • Dar es Salaam • Kigali • Lilongwe • Lusaka

Kimetolewa na

East African Educational Publishers Ltd.

Elgeyo Marakwet Close, off Elgeyo Marakwet Road,
Kilimani, Nairobi

S. L. P 45314, Nairobi – 00100, KENYA

Simu: +254 20 2324760

Rununu: +254 722 205661 / 722 207216 / 733 677716 / 734 652012

Barua pepe: eaep@eastafricanpublishers.com

Tovuti: www.eastafricanpublishers.com

Shirika la East African Educational Publishers lina uwakilisho katika nchi za
Uganda, Tanzania, Rwanda, Malawi, Zambia, Botswana na Sudan Kusini.

Kilitolewa na kuchapishwa mara ya kwanza
na Macmillan UK

Kilitolewa na kuchapishwa mara ya kwanza na
East African Educational Publishers Ltd. 1993

Kilitolewa tena 1997, 2003, 2006, 2010, 2011, 2016, 2018

ISBN 978-9966-46-929-8

Sura ya Kwanza

"Bado nasisitiza kuwa tusithubutu kufanya lolote kabla ya kuhakiltisha kuwa Joram Kiango yu marehemu," ilidai sauti moja nzito.

"Naam, lazima afe," sauti nyingine iliunga mkono. "Afe kabla hatujainua mikono kufanya lolote tulilokusudia. Hakuna asiyefahamu jinsi alivyo mtu hatari anusaye shari na kuingilia kati kuharibu harakati zote. Haijasahaulika alivyowakorofisha wale mashujaa waliotaka kuuangusha utawala wa nchi ya Ngoko katika tukio Ii Ie lililoitwa Dimbwi la Damu. Kadhalika hatujasahau alivyosababisha vifo na kuharibika kwa harakati za majasusi waliotaka kuiharibu nchi hii katika mkasa ambao mtu kauandikia kitabu na kuuita Najisikia Kuua Tena. Kwa kila hali, Joram Kiango ni mtu hatari zaidi ya hatari zote ziwezazo kutokea. Hana budi kufa."

Kicheko kikavu kikasikika kidogo, kikifuatwa na sauti iliyokwaruza iliyosema:

"Atakufa. Lazima afe. Na atakufa kifo cha kisayansi kabisa. Mipango hii tumeiandaa kwa uangalifu mkubwa. Na watekelezaji wake pia ni watu waliohitimu mno katika nyanja rote zinazohusika na kazi hii. Shaka tuondoe kabisa. Tutafanikiwa."

"Kwa hiyo ndugu Mwenyekiti", ilidakia sauti ya kwanza. "Niwie radhi kwa kukukata kauli. Ninachokuomba ni kuuhairisha mkutano huu na tusithubutu kukutana tena hadi Joram Kiango atakapokuwa kaburini. Pengine mtaniona mwoga kupindukia. Lakini sipendi kabisa kufanya kitu chochote kijana yule akiwa hai. Mnajua alivyo na miujiza. Aweza kuwa hapa akitusikiliza, kesho tukajikut31 mahakamani bila kutegemea. "

Sauti mbili, tatu, zilinong'ona kuunga mkono. Jina la Joram liliamsha hofu katika mioyo yao. Wakatazamana.

Wangependa pia kumtazama uso Mwenyekiti wao. Kwa bahati mbaya, hawakuweza kumwona uso isipokuwa kiwiliwili tu, ambacho

1

kilifunikwa na mavazi ya thamani kama ilivyokuwa kwao wote. Nuru kali ya taa ya umeme ilikuwa imewekwa kwa namna iliyowachoma macho kila walipotamani kumtazama usoni. Ni yeye tu aliyekuwa na nafasi nzuri ya kuwatazama wote kikamilifu na kuwasoma nyuso zao. Wakati ulikuwa haujawadia kwa wao kumfahamu.

Mkutano huu ulikuwa ukifanyika katika chumba cha siri, chini ya ardhi, katika mojawapo ya majumba ya fabari.

Kila aina ya uangalifu ulikuwa umechukuliwa katika maandalizi ya mkutano huu wa awali. Mkutano ambao ulikuwa umeitishwa ghafla, kwa njia ya kutatanisha, hata wajumbe hao wakajikuta mkutanoni bila ya kufahamu vipi waliwasili hapo na lipi ambalo walilijia.

Mwenyekiti akaufungua mkutano huo kwa maneno machache akisema: "Tunataka kuitetemesha Afrika na kuishangaza dunia. Tunataka kupiga pigo ambalo halitafutika katika historia ya ulimwengu". Ndipo walipoelewa kinachotendeka. Na ndipo mjumbe yule alipotoa rai ya kukatiza maongezi hadi hapo Joram Kiango atakapokuwa marehemu.

Tahadhari kubwa ilichukuliwa kuandaa mkutano huu. Wajumbe waliingia kwa siri wakipitia milango mbalimbali, na vilitegwa vifaa vya kisasa ambavyo vingewaashiria endapo mtu yeyote alikuwa akiwajia chumbani humo ama endapo kulikuwa na chombo chochote kilichokuwa kikinasa au kusikiliza maongezi hayo. Zaidi, chumba hicho kingeweza kutoweka kitaalamu kisionekane mlango wowote zaidi ya kuta za kawaida. Juu ya yote hayo, silaha za kisayansi, hewa za sumu, bunduki zisizotoa mlio, madawa ya kulevya na kadhalika vilikuwa tayari kutumika endapo lolote lingetokea. K wa bahati mbaya, ni Mwenyekiti tu aliyeyafahamu yote hayo kikamilifu.

liikuwepo kila sababu ya kuchukua uangalifu huo. Watu hao waliokusanyika hawakuwa watu wenye njaa ya pesa wala kiu ya utajiri tu. Ni watu mashuhuri walioshiba na kudhamiria kuilinda shibe yao. Wote walikuwa na hadhi mitaani, nyadhifa serikalini, na heshima katika Chama. Wote walikuwa na matarajio ya kuvuna

2

matunda matamu. Matunda ambayo mkutano huu ulikusudia kuyazaa. Hakuna aliyependa kuukosa utamu wa matunda hayo. Hivyo, wote walikuwa na dhamira moja.

"Inaonyesha Joram ni tishio kwa kila mtu hapa," sauti ya Mwenyekiti ilijibu. "Hilo linanifanya nizidi kuwa na imani juu ya dhamira yetu. Joram anaogopwa kuliko polisi na jeshi zima la nchi hii. Kwa nini? Kwa kuwa yeye si polisi wala mwanajeshi. Polisi mko hapa. Wanajeshi mko hapa. Chama kiko hapa. Serikali iko hapa. Ambaye hayupo ni mtu huyo anayejiita Joram. Mtu mtundu sana, ambaye utundu wake ni madhara kwa watu wenye dhamira maalum. Atakufa kwa ajili ya utundu huo. Atakufa kifo cha kupendeza sana. Hakuna atakayeshuku kuwa kauawa. Daktari atampima na kuona kuwa kafa kwa kansa ya moyo. Atauawa kitaalamu na kufa kistaarabu. Msiwe na shaka." Kimya kifupi kikafuata. Kimya ambacho kilimezwa na sauti ya Mwenyekiti alipoongeza:

"Kwa biyo, napenda kukihairisha kikao hiki kama alivyoshauri mjumbe mmoja. Tutakutana tena hapa baada ya wiki mbili, siku na saa kama za leo, kwa njia zetu zile zile, bila kusahau kuwa Joram hatakuwa Joram tena ila hayati Joram Kiango. Na ifahamike kuwa kuitoa nje siri hii ni kusaini kifo chako mwenyewe."

"Ni kweli," sauti mbili, tatu, zenye hofu, ziliitikia.

Sura ya Pili

Kuna zile nyumba mbovu mbovu zilizojengwa bila utaratibu maalwn katika vitongoji vya jiji la Dar es Salaam. Baadhi ya nyumba hizi hukaliwa na wale kina mama watokao sehemu mbali mbali nchini na kupanga katika majumba haya kwa minajill ya makazi na biashara. Biashara isiyosemeka wala kutamkika. Biashara ambayo ni aibu tupu kutajwa hadharani japo yafanyika hadharani. Biashara yakujiuza kwa senti chache za-lnatumizi.

Tuko Mburahati, mbele ya moja kati ya majumba ya aina hii.

Kaketi mwanamke ambaye umri wake haujaruhusu kumwita mwanamke. Yu msichana mwenye sura nzuri, umbo nzuri, mwendo mzuri na kila kitu kizuri. Hata mavazi yake si duni kama wenzake walioketi hatua kadhaa kando, mbele ya milango yao. Kwa jina aitwa Waridi.

Ni majuzi tu Waridi alipotokea hapa Mburahati na kujipatia chumba. Sifa za uzuri wake zilizagaa haraka haraka na kuwaflkia hata wale ambao si wateja wa biashara hii. K wamba, kaja msichana mzuri. Hakuna aliyetaka kujua katokea wapi. Hakuna aliyejiuliza kwa nini binti mzuri kama huyu aamue kutouthamini uzuri wake ambito ungemwezesba kuishi vyema, akila za walionazo. Hakuna aliyejali.

Leo hii Waridi alikuwa katika bali yake ya kawaida. Hali ya ukimya na majonzi ingawa alilazimika kuwachekea mara kwa mara wateja wake. Hakuna aliyejua jeraha kubwa lililokuwa moyoni mwake. Jeraha ambalo lilikuwa siri yake na alipenda liendelee kuwa siri. Kutunza siri ikiwa kazi kubwa mithili ya kubeba mzigo mzito usiotoka kichwani. Mzigo alioubeba kwa dhiki sana. Lakini alistahimill kwani maisha yake yenyewe yalitegemea utunzaji wa siri hii.

Mara akatokea mteja ambaye sura yake, mwendo wake na mavazi yake vilimtenga na wateja wa kawaida. Yeye alimtaka Waridi afunge biashara yake siku hiyo ill wafuatane wote nyumbani kwake.

"Haiwezekani. Ninaye bwana wangu ambaye huja kulala hapa."

"Twendekwangu halafu nitakurudisha."

"Haiwezekani vilevile."

"Ziko shilingi mia tano kwa ajili yako."

Ghafla basira zikampanda Waridi. Akashangaa kwa nini kamchukia mtu huyo. "Toka kama hutaki," alitoka akiinuka na kumwacha mtu huyo kakalia kitanda.

Mteja huyo akatabasamu. Kwa Waridi lilikuwa tabasamu la kebehi ambalo lilimshtua kuliko alivyotegemea. Swali fupi likaulizwa kwa sauti ndogo: "Huendi na mimi? Hata nikisema kuwa marehemu Bomba ni ndugu yangu na nafahamu alikozikwa?"

Hilo lilimshtua Waridi. Mshtuko ulipotoweka yalifuata machozi mengi ambayo yalimtoka katika macho yake yaliyoduwaa kwa hofu yakimtazama mteja huyo. Mwili ulikuwa umemlegea kiasi cha kumfanya ashindwe kusimama kikamilifu.

Waridi hakuwa na uwezo wa kufanya lolote. Ndipo huyo mteja akamsukuma chali kitandani, na kumpambua mavazi na kumtenda kikatili yote aliyosikia kumtedea.

Baada ya hapo, mteja alimwamuru Waridi kufuatana naye.

"Tutatoka mara moja. Ukiendelea kukataa nami nitashindwa kuendelea kukutunzia siri yako. Twende zetu. Tutakupa kazi ndogo tu, utusaidie. Kuna mtu anahitaji kufa. Utamsaidia. Haitakuwa kazi kubwa kuua mtu wa pili mama. Au vipi? Tofauti pekee ui kwamba yule aliitwa Bomba, huyu anajiita Joram." Waridi alimfuata kikondoo.

***

Mteja huyu hakuwa mwingine zaidi ya Jodor Proper kama alivyojiita katika ule mkutano wa siri uliofanyika usiku wa juzi. Yeye akiwa Mwenyekiti.

Jina hilo lilikuwa moja miongoni mwa majina yake kadha wa kadha ambayo huyatumia nyakati tofauti kwa dhamira tofauti.

Kadhalika, yu mtu mwenye sura mbali mbali na miondoko aina aina. Kila jamii inamfahamu Proper yule yule katika jina na sura tofauti. Vivyo hivyo, tabia zake hubadilika mara kwa mara kama kinyonga anavyobadili rangi. Katika kundi la wahuni yu mhuni mkubwa, katika jamii ya waungwana, yu muungwana haiisi, katika familia ya maskini, yu mmoja wao, na miongoni mwa matajiri, yeye ni kama wao.

Huyo ndiye Proper, Mswahili aliyezaliwa mahali fulani katika pwani ya Bahari ya Hindi. Akiwa tu na miaka kumi na miwili, alitoweka nyumbani kwa kudandia meli moja iliyotia nanga katika Bandari ya Tanga.

Meli biyo ilikuwa na baharia wakatili kupita kiasi. Walimlaki kwa ukatili usiosemeka. Walimtendea mengi maovu maovu, akitukanwa na kusimangwa. Aliishi kwa taabu mno, akistahimili yote hayo, mwishowe, akashika unyama wa mabaharia wale.

Alisuguliwa akasuguika eti, naye akageuka kuwa baharia binadamu mwenye moyo wa mnyama. Akamehukia kila mtu na hata kuicliukia nafsi yake mwenyewe. Wakati wote alitawaliwa na fikra mbovu. Alitamani kutenda tendo fulani ambalo lingeweza kuumiza jamii. K wa bahati mbaya, hakuwa mwanasayansi mwenye vipaji vya ugunduzi ugunduzi ambao ungemwezesha kuiteketeza jamii. Angekuwa na uwezo wa kujitengenezea bomu za kinuklia, angeifanya dunia itoweke kutoka uso wa ulimwengu.

Kwa kuwa, hayo yalikuwa mbali na uwezo wake, alifanya ukatili mdogo tu. Hakusita kumtupa baharini mtu yeyote aliyegundulika kandandia meli kama alivyofanya yeye utotoni. Wala, kwake haikuwa dhambi kufanya mapenzi na mwanamke na koundoka alfajiri baada ya kukata koo la mwanamke huyo.

Ingawa ukatili IT'wingi Proper alikuwa akiutenda sirini, lakini sifa zake ziliyafikia masikio mbalimbali. Mmoja kati ya waliosikia hayo alivutiwa mno. Siku ehaehe baadaye alikutana na Proper kwa siri Katika meli hiyo. Na kwa siri vilevile, wakaiaeha meli hiyo pamoja. Safari yao iliishia katika ehuo kiliehofiehika ambaeho

6

kilikuwa na watu waehaehe wenye mioyo kama Proper. Kilikuwa ehuo eha uiasusi kiliehokuwa ehini ya nehi kadhaa kubwa na tajiri. Kilifundisha mbinu kadha wa kadha za kuhujumu siasa, uehumi, na misimamo ya nehi kongwe kwa ehanga ambazo hazikuwa tayari kufuatia mikondo ya nebi tajiri.

Proper alipohitimu tayari alikuwa hodari wa wote; kuandaa mauajl, kusababisha mapiDduzi, kuzorotesha uehumi. Alikuwa mtu anayeipenda kazi yake, na alifanya mengi yaliyewafurahisha na hata kuwatisha viongozi wake. Aliweza kusafiri hadi Mrika ya Kusini ambako alijitapa kuwa mpigania uhuru na aliaminika na kushirikishwa katika harakati za ukombozi. Lakini mara alitoweka na siri zote muhimu huku tayari ameua na kuaeha wao kwa wao wakiuana. Hayo amefanya kwingi duniani. Ingawa waliohujumiwa walimshuku baadaye, lakini kwa jinsi alivyokuwa akiwaendea katika sura tofauti, na majina mbalimbali, hakuna aliyemweka katika kumbukumbu kamili.

Mfano ni leo hii alipokuwa akitoka na msiehana huyu aliyeehanganyikiwa; Waridi. Wajumbe wote wa mkutano ule ambao walibahatisha kuuona uso wake wasingeweza kumfikiria kuwa ndiye mtu yule yule waliyekuwa naye mkutanoni kwa jinsi alivyobadilika. Hata mwendo wake ulikuwa tofauti. Leo alienda huku akieheehemea kidogo.

Gari ndogo aina ya Toyota lilikuwa likiwasubiri mara tu walipofikia barabara.

"Ingia ndani ya gari," Proper aliamuru.

"Tu... tunakwenda wapi?" Waridi akafaulu kuupata ulimi wake ambao alihisi mzito.

Proper akamkumjia uso kidogo huku akisema, "Sitaki maswali".

Akapita upande wa dereva na kumfungulia Waridi mlango. Alipoingia na kuketi, gari lilitiwa moto na kuteleza juu ya barabara hiyo likijitahidi kuepuka mashimo. Walipofikia barabara ya Morogoro, lilielekezwa mjini. Wakaiaeha Magomeni, wakaingia

Upanga, wakipita hapa na pale hata Waridi asijue kama walikuwa wapi.

Gari lilisimama mbele ya jumba moja kubwa sehemu ambayo bisia zilimwambia Waridi kuwa ni katikati ya jiji. Proper akaterernka na kumwashiria Waridi amfuate. Walipokaribia mlango mmoja kati ya milango kadhaa ya jumba hilo Proper alimnong'oneza Waridi akisema:

"Unasikia? sitaki vurugu la aina yoyote hapa ndani. Uwe binti mtulivu kama ulivyo sasa. Utajikuta ukifaidika na kutoka salama. Vinginevyo ... " akaiaeha sentensi hiyo ikielea na kuanza kushugulikia funguo.

Pindi walipoanza kuingia, mlango wa pili ulifunguka na uso wa mzee wa Kihindi kujitokeza ukiehungulia. "Aha ... ni bana Chain sio? Karibu sana ..."

"Shukrani," Proper alimjibu.

"Naona leo kaja na mama, au sio?" Mhindi huyo aliendelea akitabasamu. "Shauri kazi ya vitabu iko chosha bongo. Lazima starehe na dada kidogo."

Proper naye akajitia kucheka. "Eh, ndiyo. Lakini huyu ni sekretari wa kampuni yetu. Yeye anakuja chukua maandishi fulani kwa ajili ya kupigwa mashine wakati nitakapokuwa safari."

"Ah!" Mhindi alijibu huku akimtazama Waridi kyia tamaa ya wazi. Hili lilikuwa ni moja kati ya majumba kadhaa ambayo Proper alikuwa amepangisha vyumba ambavyo alivitumia kwa shughuli zake. Hapa, mbali na kufahamikwa kwa jina la Chain Kimara, walimtambua pia kama msomi ambaye alikuwa akiutumia muda wake mwingi kwa utafiti wa mambo kadha wa kadha ambayo alikuwa akiandikia kitabu. Hivyo, muda wote ambao Proper alijificha chumbani akifanya shughuli zake za siri, wao waliamini kuwa alikuwa akishughulikia kitabu chake. Akiwa hapa, hata sura ilikuwa ya profesa asiyependa. kuuchezea muda wake kama ilivyokuwa tabia yake ya kisomi na kistaarabu.

Huko ndani pia picha ilikuwa hiyo hiyo. Waridi alilakiwa

8

na chumba kikubwa kilichojaa vitabu aina aina vilivyopangwa kiutaratibu katika dawati maalum. Katikati ya chumba ilikuwepo meza kubwa yenye dalili zote za mshughuliko. Chumba cha pili kilikuwa na kitanda kipana, friji, redio na mahitaji yote ya chumba cha malazi. Ni katika chumba hicho alikokaribishwa.

"Keti!"

Akajibwatika juu ya kochi lililomwelekea Proper, ambaye aliketi juu ya kitanda.

"Nataka kukutuma kuua mtu," Proper alieleza. "Dakika ishirini zijazo nataka mtu huyo awe safarini akielekea kuzimu. Sasa hivi yuko katika baa moja hapa mjini akinywa pombe. Hiyo ni pombe yake ya mwisho," alisita akimtazama Waridi. "Vtanisaidia kuifanya kazi hiyo bi mdogo,"akaongeza ghafla.

"Siwezi kuua ... " Waridi aligugumia.

Proper akamkunjiauso akisema, "Sina haja ya kukukumbusha mara kwa mara kuwa najua yote yaliyompata marehemu Bomba. Naweza kuitoa siri hiyo wakati wowote nawe ukajikuta ukining'inia juu ya kitanzi. Nitakufanyia hisani ya kuificha habari hiyo iwapo tu nawe utanisaidia kumtoa ulimwenguni mtu huyu. Tumeelewana?"

Waridi hakujua ajibu nini. Kwa kila hali, aliona mzee huyu kampata na kumweka mahali panap~mstahili. Hofu yake kubwa haikuwa kitanzi tu, baH pia iliumiza kutajiwa mara kwa mara jina hilo la Bomba. Iliumiza sana kukumbuka kifo chake kilivyotukia na jinsi alivyotoa macho ya kusikitisha alipokuwa akikata roho. Iliumiza zaidi kukumbuka kuwa dhambi hiyo ya kuua alikuwa ameifanya bure kabisa.

Ni miezi kadhaa tu iliyopita. Wakati huo Waridi alikuwa waridi hasa. Va maridhawa ambalo kila nyuki alilitamani, kila kipepeo kililimezea mate. Lakini si wote waliolifikia. Na wachache ambao walifaulu kuligusa, hawakuwa vipepeo wala nyuki wa kawaida. Walikuwa zaidi.

Vzuri wa msichana huyu ulikuwa umejitokeza tangu alipokuwa kinda. Alipopata umri wa miaka miwili tu, kila mtu alijua kuwa hii ilikuwa hazina .ya uzuri. Alipohitimu miaka sita watu walianza kunong'ona. Alipopata miaka kumi, wanaume wasio na staha, walijikuta wakianza kumnyatia. Miaka kumi na miwili tayari akawa kama malkia wa nyuki au kama nilivyosema awali; kwa vipepeo.

Pengine uzuri huo ulitokana na ule mchanganyiko maalum katika umbo lake. Mchanganyiko wa damu za watu weusi, Wahindi, Waarabu na Wazungu ambao walishiriki kumtengeneza. Kwani mama yake pia alikuwa mtu wa nipe nikupe. Alifanya biashara yake katika vitongoji vya Mwanza, katika kimojawapo chat vibanda vibovu, akimkaribisha yeyote mwenye "chochote." Mama huyu hakumfahamu kabisa mtu maaaium aliyeshirikiana naye kumpata Waridi binti yake wa pekee. Alichofahamu ni kuwa, kampata binti mzuri ambaye watu walianza kumwita Waridi, hata jina lake la awali likasahaulika.

Kwanza Waridi hakujua kuwa yu mzuri. Ilimshangaza kuona watu wazima kwa vijana wakimfuata na kumtaka kitu ambacho hakukifahamu maana ama umuhimu wake. Kitu kile ambacho alimwona mama yake akikifanya mara kwa mara juu ya kitanda.

Kisha akafahamu. llikuwa baada ya kukamatwa kwa nguvu na mzee mmoja ambaye alimtupa sakafuni, akamvua nguo na kumwingia miguuni kwa namna ambayo ilimtia Waridi maumivu yaliyocnanganyika na faraja.

Waridi akayafahamu hayo, akaifahamu thamani ya uzuri wake na akaingiwa na kiburi. Akajidekeza na kutupilia mbali masomo. Huyoo, akamtoroka mama yake na kuingia mjini Tabora, ambapo aliishi kwa faraja kubwa. Daima wanaume walikuwa tayari kumhudumia kwa maneno matamu, malazi, mavazi na huku akipewa fedha za kutosha.

Lakini Waridi hakutosheka. Daima alidai hiki na kile kwa wanaume hao ambao walitoa walichonacho. Lakini mara baada ya kupata walichotaka wakamwepuka. Hivyo akauona mji wa Tabora haufai. Akasogea hadi Dodoma ambapo pia hakukaa sana, aka panda hadi Arusha. Mji huo ulipomchoka, alipaa na kutua jijini Dar es Salaam.

Ni hapo alipokutana na Bomba Kimara.

Kijana huyu mwenye asili ya Kiarabu alikuwa mtu ambaye Maua alimhitaji. Siku zote alionekana "kajaa". Fedha kwake hazikuwa na tatizo. Wala hakuona uchungu kuzitumia. Kadhalika, fedha zake hazikukaa mfukoni kama wanaume wengine. Zake zilikuwa zikitokea katika soksi. Kitita cha elfu kumi au ishirini kikiwa kimefungwa kwa mpira kingekaaje mfukoni? Walizitumia na Waridi katika mabaa, madansa, sinema, mahoteli na kila aina ya starehe.

Walikuwa wakiishi Mgomeni Mikuni katika nyumba ya msajili wa majumba ambayo Bomba alikuwa ameikodi. Ni mara chache sana nyumba hii ilipowaona wapanganji wake, kwani mara nyingi walikuwa kama si Kunduchi Beach, basi wako Kilimanjaro HOlel au Mbowe HOlel na kwingineko wakitumia.

Halafu ikafika ile siku ambayo Bomba alirudi nyumbani mapema kutoka kule alikokuwa akienda mara kwa mara na kurudi na pesa. Safari hii alirudi na mfuko wa ngozi ambao aliutua juu ya kitanda. Alionekana mtu mwenye wasiwasi mwingi kinyume cha tabia yake.

Hakujua kuwa Waridi alikuwa chum bani humo akimtazama. "Vipi Mwenzangu?" Sauti ya Waridi ikamzindua. Akamgeukia akijaribu kutabasamu lakini tabasamu lilikataa.

"Waridi, kwenu ni wapi?" akahoji ghafla

Swali hilo lilimshangaza sana Waridi. Muda huo wote waliokaa pamoja, hawakuwahi kuulizana maswali ya aina hiyo.

"Kwa nini?" akajibu. "Nataka urudi kwenu. Mimi naona maisha hainiendei vyema".

"Ni hadithi ndefu. Haifai kulifikia sikio lisilohusika.

Ninachokuomba ni wewe kwenda zako kesho. Kama hutaki kwenda nyumbani, rudi kwenye baa nilikokukuta. Nina hakika hazitapita dakika tano kabla ya kutokea mtu wa kukuokota."

Kuokotwa! Maua aliwaza kwa hasira. Ghafla akajikuta kamchukulia Bomba kama shetani. Hata sura yake sasa aliiona

11

mbaya kama dhambi. Machozi yakamtoka na kuteleza juu ya mashavu yake. Akainuka na kutoka nje kimya.

Alirudi ndani baada ya kumsikia Bomba akioga bafuni. Alifanya haraka kuuendea ule mfuko ambao aliifunua. Macho yake yalikutana na furushi kubwa la noti ambalo hakupata kuliona maishani. Kwa kukadiria zilikuwa kama laki nne. Kando ya pesa hizo, ililala bastola kubwa na tiketi moja ya ndege. Ilitaja jina la Bomba, akielekea Nairobi.

Wazo likamjia Waridi. Bomba alikusudia kumtupa baada ya kupata pesa nyingi kama hizo iii aende zake Nairobi akatumie. Peke yakel Waridi akajishauri kuchota kidogo azifiche. Kisha akasita. Alizihitaji zote. Akaamua kuzipata. Akazirudisha kama zilivyokuwa na kurudi zake nje.

Usiku huo alikuwa wa kwanza kulala. Aliiitia kulia pole pole kwa namna iliyokusudiwa kumfanya Bomba aamini kuwa Waridi alimpenda kwadhati. Ukweli ni kwamba, maishanj mwake hakuwahi kumpenda mtu. Alipenda pesa. Mwanamume alimhitaji kwa aiili ya faraja ya mwili tu.

Bomba, ambaye alikuwa amelala kando yake, alipoanza kukoroma, Waridi aliamka polepole na kunyata hadi uwani ambako alilibeba kwa taabu lile jiwe kubwa alokuwa ameliandaa mchana. Akaingia nalo hadi chumbani ambako alimkuta Bomba akiendelea kukoroma. Akakilenga barabara kichwa chake na kuliachia.

Bomba alikurupuka kwa kupaa angani na kutua tena kitandani. Alitoa mlio wa maumivu kwa sauti ndogo nyembamba ambayo iliwingia Waridi rohoni na kumtia ganzi. Kichwa cha Bomba kilikuwa kimefumuka. Ubongo uliochanganyika na damu ulimiminika kitandani na kuchafua shuka. Lakini bado aliendelea kutapatapa huku na huku, akisema hili na lile, maneno ambayo Waridi hakuweza kuyaelewa. Ni macho yake ambayo yalimtisha Waridi zaidi. Yalikuwa yakimtazama kwa namna ya huruma na kutoamini.

Waridi hakuweza kustahimili. Akapiga kelele kwa hofu akikimbilia

12

nje ambako aliketi chini akitetemeka. Baada ya muda, alirudi ndani ambako alimkuta Bomba akiwa maiti; domo wazi, ulimi ukiwa umesahauliwa nje upande mmoja. Ilikuwa picha ya kusikitisha na inayotisha mno. Waridi akaona shida kuistahimili. Alijikaza kiume kwa kumfungafunga marehemu blanketi kubwa kisha akajaribu kumwinua kumtoa nje. Hakufaulu Akamvuta hadi uwani. Huko, alijitahidi hadi akaihkisha maiti chooni ambako kulikuwa na tundu kubwa lililofunikwa na bati. Akalifunua bati hilo, na kumtumbukiza marehemu. Kisha alilifunika kama ilivyokuwa awali.

Wazo lake sasa lilikuwa moja tu; kuzihesabu pesa zake kikamilifu. Lakini mwujiza ulikuwa ukimsubiri. Mfuko ulikuwa umetoweka. Haukuwepo juu ya kabati ambapo aliuona kwa mara ya mwisho kabla ya kuuvuta nje mzoga wa aliyekuwa Bomba. Uko wapi? alijiuliza akitafuta huku na huko bila ya ITIafanudo. Akaduwaa.

Mapambazuko yalimkuta b'>.20 kaduwaa katikati ya chumba, macho yakitazama kabati kwa msh"ngao kama kwamba imeumeza kimiujiza mfuku uie. dakujua afanye lipi aache lipi.

Mara akajikuta akitoka nje ya nyumba hiyo. Alitembea kwa miguu, hajui aendako. Baada ya kutwa nzima ya mzunguko usio na dhamira maalum, alielekea Mburahati ambako hakukawia kupata rafiki aliyemkarimu kwa kumchangia chumba. Baadaye, akapata chumba chake. Siku zote aliteswa na huzuni kwa kukumbuka damu isiyo na hatia aliyoimwaga, hofu lrwa kudhani waka~i wowote polisi wangeweza kutokea kumchukua, na zaidi, maumivu makali moyoni kwa kuhisi ile sauti ya Bomba alipolia kwa uchungu na picha ya macho yake yanayosihi.

Hakuwa na la kufanya. Maisha yaliendelea vyema katika mazingira yake haya mapya, wateja wakimiminika kwa wingi hadi leo alipotokea mtu huyu wa ajabu ajabu ambaye anadai anafahamu yote juu ya kifo cha Bomba.

"Siwezi... Siwezi kuua tena ... " Waridi alisema akibubujikwa na machozi.

"Utaua."

13

"Utaua?" Proper alifolta kwa nguvu akiachia kofi kali ambalo lilimwingia Waridikama aliyepigwa kwa kipande cha ubao. Akiwa mtu ambaye hakuzowea kupokea vipigo kutoka kwa wanaume, kofi hili lilimshangaza zaidi ya lilivyomwumiza. Lakini mshangao wake ulikoma pindi Proper alipoongeza vipigo vikali zaidi ambavyo vilimfanya Waridi ajikute akighalaghala chini damu zikimvuja ovyo kutoka usoni, puani na mdomoni.

Kisha Proper aliangua kicheko. "Well", akasema; "nilikuwa sikupigi ila tu ilikuwa kukuandaa katika hali ambayo itakufanya umpate Joram Kiango kwa urahisi. Yeye ni mtu anayevutiwa sana na mambo ya damu. Hivyo atakapokuona atajileta mwenyewe kwako. Utakachofanya wewe ni kuhakikisha umempaka bila ya yeye kufahamu dawa ambayo nitakupa. Baada ya muda mfupi atakuwa marehemu. Itaonekana kafa kwa magonjwa ya kawaida tu. Hakuna atakayefikiria kama wewe na mimi tunahusika kwa kifo chake."

Proper alisita kutazama kama maelezo yake yanamwingia Waridi.

Alipoona anamwelewa aliongeza, "Unaona ilivyo rahisi. Ni kazi ndogo tu. Ina tofauti sana na ile kubwa uliyoifanya ulipomuua Bomba."

Rohoni Proper aliwaza; Waridi angejis~iaje kufahamu kuwa yeye Proper muda wote ule alikuwa nje ya nyumba akisubiri fursa ya kumwua Bomba! Kwani, Bomba ambaye alikuwa mmoja kati ya magaidi wake, alikuwa ameshindwa kutimiza kaii fulani aliyopewa. Badala yake alipanga kutoroka na fedha ambazo alipewa kwa ajili ya shughuli maalum. Ndipo ikabidi auwawe usiku huo. Ni yeye Proper pia aliyepenya ndani na kuzichukua pesa zile baada ya kuona kazi aliyokusudia kuifanya imefanywa na Waridi.

Proper aliitazaina tena saa yake. "Bado dakika tano Waridi", akamwambia. "Nyanyuka ujiandae".

Waridi alikuwa hoi na aiishindwa kuinuka, Proper akamsaidia na kumwongoza nje ambako walipanda gari Humo garini, Proper alitoa amri nyingine ambayo Waridi hakuitegemea.

"Vua nguo zote.'

Waridi aliduwaa na akasaidiwa kuzivua. Proper hakusita kuzitatua. "Nataka kazi nzuri tafadhali. Shika hii... Kamata na hii Ni kazi ndogo sana ... Kesho Joram atakuwa marehemu.

Sura ya Tatu

Baa ilikuwa imejaa watu aina aina; waliokuwa wakinywa na kustarehe kwa namna mbalimbali. Miongoni mwao, alikuwemo loram Kiango.

Yeye alitulia kaunta, juu ya stuli ndefu, pombe ikiwa wazi mbele yake, sigara ikiteketea mdomoni mwake. Kama ni furaha, yake ilikuwa tofauti na walevi au wanywaji wengine. Hakusinzia ovyo wala kucheka pasi ya sababu. Ukimya wake ulimfanya hata msichana wake Neema, ambaye alikuwa kando akinywa Pepsi, amgeukie na kusema polepole.

"Tatizo lako ndio hilo, loram. Uwapo huru unashindwa kuutumia uhuru wako. Tazama usivyo na raha. Mtu yeyote atakayetokea hapa atadhani uko kizimbani ukisubiri hukumu ya kifo, badala ya kustarehe.

Kwa nini?"

Joram aligeuka kumtazama huku akimtengenezea tabasamu jepesi.

Kama kawaida, macho yake yaliona kile ambacho yamezowea kuona katika umbo la msichana huyo. Umbo lenye urefu wa kadri, unene wa kadri na sura ambayo ilioana vizuri na umbo hilo. Sura ambayo ilisisimua moyo wa kila mwanamume aliyepata kumtupia macho. Kadhalika, mavazi ya Neema yalikuwa ya kupendeza na yaliliaflki umbo lake. Lilikuwa gauni la kitambaa chepesi ambacho ni dhahiri kilitokea nje ya Afrika Mashariki. Si hayo tu ambayo yalimfanya loram ampende na kumthamini binti huyo. Macho yake mwanadada huyu yalikuwa na uzuri wa kipekee, uzuri wa kubembelezabembeleza, uzuri wa kishujaa. Yalikuwa na nuru. Si nuru ya "mapenzi" bali nuro ya ujasiri.

Ujasiri huo ndio aliohusudu loram. Na ni kwa ajili ya kuuthamini ndipo mara kwa mara akawa akimshinda nguvu shetani wake ambaye alikuwa akitamani kumtia mweleka kwa kumnong'oneza akisema:

16

"Sikia loram. Neema ni binti mzuri ... na anakupenda ... kwa nini usisahau walao kwa usiku mmoja kuwa ni mwenzi wako kikazi ukastarehe naye kitandani? .. Hujui .... utakuwa usiku mzuri kuliko wowote mwingine .. ." Hayo loram aliyapuuza na kuendelea kumwona Neema kama mpenzi wa dhati.

Mawazo hayo yalimjia Joram tena. Wakati huu, badala ya kumjibu Neema swali lake, alitabasamu tena, kisha akavuta sigara kwa utulivu. Tayari kasahau yote.

"Tazama!" Neema alilalamika. "Bado hata unashindwa kunijibu!

Wamekuloga nini kaka yangu? Kwa kweli sijaiona siku yoyote ambayo uko katika starehe isipokuwa hapo tu unapokuwa vitani ukipambana na mikasa ya kutatanisha huku maisha yako yakiwa hatarini. Sijasahau nilivyosoma katika gazeti la Kiongozi jinsi ulivyokuwa ukicheka mbek ya bastola ya mwuaji yule hatari katika tukio lile lililoitwa Lazima Ufe... kule Arusha."

Tabasamu la Joram likageuka kicheko. "Mimi nilidhani kwamba wewe unanielewa zaidi mpenzi," alisema. "Tatizo langu ni watu kutokunielewa. Hapa nilipo, kimya kama nilivyo, nina furaba na nimestarehe kabisa. Lakini watu watadhani sina raha. Niwapo mbele ya bastola huwa sicheki bali nimechukia sana. Tabasamu langu huwa ni moja ya silaha zangu za kumlegeza adui. Kwa kweli silaha hiyo naipenda zaidi ya bastola. K wani humfanya adui ashindwe kuitumia bastola yake."

"Huwa huna hofu?"

"Sijui hofu ni kitu cha aina gani kwa kweli. Labda itabidi nimpate daktari mzuri anipime na kuona kama ninazo chembechembe za kitu bicho kinachoitwa hofu · btika moyo wangu. Nadhani lazima ...
" Neema akaangua kicheko. "U kiumbe wa ajabu sana Joram.

Unaona ulivyochangamka mara baada ya kuanza maongezi ya vifo na mauaji? Nadhani kifo chako kitakuwa cha kusikitisha sana."

"Ni afadhali kuliko kufia juu ya kitanda Muhimbili, baada ya kuugua kwa miezi kadha wa kadha."

17

Wakati maongezi hayo yakiendela, macho ya Joram yalikuwa yameuacha uso wa Neema na kumtazama mtu ambaye alikuwa ameingia ghafla katika baa biyo. Iogawa aliingia kama watu wengine, akiwa katika mavazi ya kawaida, suti nyeusi, macho yake yalimvutia Joram. Macho yake yalionyesha dalili ya wasiwasi na tahayari. Joram hakuona kama wasiwasi huo ulikuwa wa kuwahi pombe. Hilo lilidhihirishwa na jinsi macho hayo yalivyotembea huku na huko kwenye baa. Yalipokutana na yale ya Joram, yalizidi kupatwa na hofu kubwa. Kisha mtu huyo akageuka na kutoka nje. Mara kilio kikali kikasikika kutoka nje. Ilikuwa sauti ya kike, ikilia kwa uchungu.

"Nini tena jamani?" Neema alihoji akimtazama Joram. "Mwanamke malaya, anapokula pesa za watu wabuni hutokea akapelekwa gizani ambako hufanyiwa unyama," lilikuwa jibu la Joram.

"Umejuaje Joram?" Neema alihoji. Wakati huo watu wote walikuwa wakitoka kwenda nje kutazama. "Aweza kuwa mke wa mtu aliyekamatwa kutoka kwake akaletwa huku kutendewa unyama, twende tukaone."

"Hatuna muda ...."

"Twende Joram." Wakati huo Neema alikuwa wima akimvuta Joram. "Twende ..." Ikamlazimu Joram kukubali. Umati ulikuwa ukielekea nyuma ya baa, sehemu ambayo ilikuwa na kivuli chenye giza ambacho kilitokana na msitu wa maua yaliyoizunguka baa hiyo.

Ni hapo alipokuwa msichana ambaye alikuwa akilia.

Alikuwa kalala chali, nusu uchi. Vazi lake pekee lilikuwa kipande kidogo cha kanga ambacho kilifunika sehemu za kati hovyo hovyo na kuruhusu sehemu kubwa isiyostabili kuonekana hovyo, itazamane na watazamaji.

"Nakufa jam ani, nakufa ... " binti huyo aliendelea kulia akitupa mikono huku na huko.

Mtu mmoja alikuwa na tochi. Akaimulika. Nuru yakeilinaswa na kitu cha kutisha zaidi. Damu. Damu nzito ilikuwa imetapakaa

18

kando na juu ya mwili wa msichana huyo. Mara kitu cha kutisha zaidi kikaonekana. Kisu! Kisu kirefu chenye damu. Kilikuwa kando ya mwili wa msichana huyo ..

"Kisu jamani ... " mtu mmoja alilalamika.

"Nakufa ... nisaidieni... " msichana huyo aliendela kulalamika. Kiasi Joram alianza kuvutiwa. Hata hivyo kama alivyo yeye hakuvutiwa na kisu wala damu tu. Alikuwa akiutazama uso wa msichana huyo. Alimwona macho yake. Msichana mzuri sana isipokuwa macho yake tu. Yalikuwa macho yale yale aliyoyategemea kitambo. Macho ya msichana mlevi na malaya ambaye amekula vya watu na sasa vyamtokea puani. Hivyo aliushika mkono wa Neema na kumwambia,"inatoshatwende zetu".

"Joram! Tumwaehe katika hali hii kweli?" Neema alilalamika.
"Ni kazi ya polisi. Haonyeshi kama anakufa."

"Nakufa," binti aliendelea kulia. "Upo hapo Joram? Tafadhali nisaidie. Inama unishike walao mkono. Naogopa wataniua. Tafadhali Joram."

Kutajwa kwa jina hilo la Joram kulifanya kwa muda watu wamsahau msichana huyu mahtuti nakumgeukia kijana huyo, mzuri wa sura, mrefu, nadhifu kwa mwili na mavazi, ambaye alionekana mpole kuliko anavyofIkiriwa. Kumbe huyu ndiye Joram Kiango! Walikuwa wakiwaza watazamaji. Mara nyingi wamesoma habari zake magazetini tu na kutegemea kuwa yu pande la mtu linalowatisha majambazi. Kumbe!

"Nisaidie Joram ... " msiehana aliendelea kulalamika.

Joram ni mtu anayeehukia kutazamwatazamwa na kushangiliwa, basi aliondoka polepole huku akifuatwa na Neema. AlipofIka ndani ya baa aliendea kibanda eha simu na kuzungusha 999. Sauti ilipomjibu alisema: "Hapa ni Forest of Flowers Bar .... ndiyo Kinondoni. Njooni, kuna mtu wenu anayevuja damu ... "

Polisi waliotumwa kuja kumehukua "majeruhi" huyo walikuwa vijana wawili wenye imani moja dhidi ya wanawake malaya; kwamba malaya ni mwizi wa mehana. Hivyo, inapomtukia kupigwa na hata kuuawa ni haki yake kabisa.

Wakiwa na imani hiyo, walimzoa Waridi bila huruma wala kujali malalamiko yake. Kama kuna jambo lililowasikitisha ni kule kuona kuwa kipigo aliehopata hakikumstahili kabisa. Majeraha maehaehe yaliyokuwemo usoni mwake na damu ndogo iliyokuwa ikivuja hawakuona kama ni adhabu inayomtosha malaya mzuri kama huyu. Kama kuna jambo lililowashangaza, ni kule kuona kuwa kisu hicho kikali kilieholala kando yake hakikutimiza wajibu. Yaelekea washambuliaji walikuwa waoga, au hawakudhamiria jingine zaidi ya kumtisha tu.

Gari lilipoanza kwenda, walimtupia maswali kadha wa kadha, maswali ambayo hawakujali kusikiliza majibu yake. Na kwa nini wasikilize uongo ulioandaliwa kitambo? Mmoja alijikuta kavutiwa zaidi na uzuri wa Waridi. Kwa kisingizio eha kumfuta damu, akanyoosha mkono wake na kumgusa titi ambalo lilikuwa wazi likiwatazama kama linalowadhihaki. Mkono huo ukanogewa na kuteremshwa juu ya paja lake jekundu lililonona. Ukaanza ziara ya kupanda juu. Ulipoelekea kuvuka mipaka, Waridi hakustahimili zaidi. Akainua mkono wake kuunasa mkono wa askari huyo na kuutoa juu ya paja lake. Baada ya kitendo hicho, ndipo alipotanabahi kuwa kamgusa kwa mkono ule ulioandaliwa maalum kwa ajili ya mtu mmoja tu, Joram Kiango. Alijua kitakachomtokea askari huyo. Mara akaangua kilio kwa sauti kubwa. Kilio ambacho kiliwashangaza askari hao.

WalimfIkisha hospitali ya Mwananyumala ambapo alipokelewa nil manesi wa zamu. Askari hao wakaaga kwa ahadi ya kurudi kesho yake iii kuendelea na upelelezi.

Waridi alidai kupelekwa bafuni. Huko alitupa dawa zote zile alizozihifadhi mkononi, na kunawa vizuri kwa kutumia dawa nyingine kama alivyoelekezwa na Proper. Ndipo aliporudi kwa manesi ambao hawakuonyesha nia ya kumhudumia kwa jinsi walivyomwona hajambo. Walimuonyesha kitanda 'cha kula la, katikati ya wagonjwa wawili. Mmoja aliyelala fofofo kama maiti, wa pili akitapatapa kitandani kama anayetaka kukata roho.

Waridi alilala kitandani hapo kwa dakika tano tu. Alikuwa akiwaza kwa makini. Hakuona anachofanya hapo hospitali. Wala hakuona haja ya kuendelea kusubiri hadi atokee yule mtu ambaye aliamini angemwua kwa kushindwa kutimiza jukumu alilopewa. Wazo hilo llilimfanya Waridi aamue kutoroka mara moja. Bila ya kuflkiri kwa mara ya pili aliinuka na kutoka kama anayeelekea msalani huku akipitia kanga moja ya yule mgonjwa aliyelala fofofo kufunika magwanda ya hospitali aliyopewa na wauguzi kujisitiri. Alipotoka nje, alijitanda kanga hiyo na kufuata njia ya kutokea. Alijiingiza miongoni mwa watu wengine waliokuwa wakitoka hospitalini humo. Hakuna aliyemshuku lolote. Dhamira yake ilikuwa kwenda Mburahati, akachukue chochote alichonacho, na senti kadhaa alizoflcha chini ya godoro, kisha atoweke Dar na kwenda kokote mbali iwezekanavyo ambako mkono wa Proper... usingemfikia kwa urahisi.

Lakini hakwenda zaidi ya hatua nne nje ya geti kabla ya kuisikia sauti ya mtu ikimwita kutoka nyuma. Akageuka kwa mshtuko na kukutana ana kwa ana na Proper ambaye alimjia akimchekelea huku akisema kwa sauti ya dhihaka.

"Msichana mzuri ... Umefanya vizuri ... Nilitaka nije nikutoe mwenyewe kumbe umewahi. Haya twende zetu, gari ile pale ..."

* * *

Kesho yake ilikuwa asubuhi yenye mawingu mawingu kiasi cha kuvunja nguvu ya jua kali ambalo lilikuwa likitishia kutawala. Mmoja kati ya wale askari waliomchukua Waridi pale baa alikuwa tayari kawasili kazini kwake. Mkuu wake alitaka ripoti ya taarifa kamili ya "Kushambuliwa kwa yule malaya." Akamtaka pia kujitahidi wahuni hao wapatikane mapema kwani: "mchezo" wao si mzuri, na hasa ni wa hatari.

21

Askari huyo alimsubiri mwenzake kwa muda mrefu, hakutokea.

Ikamshangaza. Kwa kuwa makazi yake hayakuwa mbali na kituo hicho cha Magomeni, aliamua kumfuata nyumbani. Alimkuta! Lakini alimkuta katika hali ambayo haikuwa ya kawaida. Kwani sio jambo la kawaida mtu aanze kuvaa suruali kabla haijafunika matako, aache kazi hiyo na kuinamia sakafu hadi kichwa kigonge chini kama anayesali. Na zaidi ya hayo mgeni aingie baada ya kupiga hodi mara kadhaa bila kuitikiwa, akukute ukiendelea kuinama kimya. Dakika mbili, tatu, tano!

"Bob!" aliita kwa mshangao moyoni akijiuliza huu ni mzaha au mchezo gani, na umeanza lini! "Bob!" ali ita tena akimtazama kwa makini zaidi. Ndipo alipoona povu lenye damu damu ambalo lilikuwa likimtoka mwenzake mdomoni na puani. Akaruka nyuma. Kisha alikusanya n!jUVU na kumsogelea kuchunguza viz uri zaidi. Akayaona macho yake yalivyoduwaa, akauona ulimi ulivyotoka na kusahauliwa nje, akaona ... Hofu ikamkumbuka ghafla. Alikuwa akiitazama maiti ya askari mwenzake. Hima akarudi kituoni kwenda kutoa taarifa.

Marehemu alipopelekwa hospitali daktari hawakuchelewa kutoa taarifa yako. "Ugonjwa wa moyo," walidai. Kwamba ulimshika ghafla wakati akivaa nguo zake.

Hakuna aliyeshuku kuwa ni sumu ile, ya aina yake, ambayo aliigusa kutoka kwa Waridi, na kuiflkisha sehemu iliyokusudiwa kuflka, mwilini mwake, bila ya yeye kujua.

Sumu ambayo iliandaliwa kwa ajili ya Joram peke yake.

***

Wakati huo huo Joram Kiango alikuwa akipokea simu ambayo ilimfuata oflsini mwake.

"Sauti yako i tamu mno masikioni sister, yaelekea nawe u kiumbe mzuri sana. Siwezi kuukataa kamwe mwaliko wa mtu mwenye sauti kama hiyo. Baada ya saa moja nitaflka ... Haya Ahsante ... Umesema

22

wapi vile ... Heh ... Light Lodge? ... Hapo sio? Nitaflka baada ya saa moja ... " akaitua simu chini na kuukunja uso wake akimtazama Neema

Idd, katibu wake, ambaye pia alikuwa akimtazama.

"Nani?"NeeOla alihoji. "Anajiita Waridi."

"Waridi? Anataka nini?" Joram allpochelewa kujibu. Neema aliongeza, "Sikujua kama nawe u mroho wa wanawake kiasi hicho. Sauti tu unaahidi kumfuata? Angalia Joram. Utaingia katika mtego. Una maadui wengi nchi hii."

"Najua," Joram alisema, "Siendi kwa ajili ya sura wala sauti yake kama nilivyosema. Kilichonivutia ni maelezo yake. Anasema yeye ni yule msichana ambaye alikuwa amepigwa pale baa ya Forest of Flowers. Anadai kuwa nia yake ni kunishukuru pamoja na kunipa habari fulani ambayo itanisisimua."

"Malaya kama yule! Hana habari yoyote. Anachotaka ni wewe tu ..."

"Hapana," Joram alimkatiza. "Sauti yake ndiyo iliyonifanya nivutiwe na hata kumwahidi. Inaonyesha kama ina kitu zaidi ya anachosema. Nataka kujua ni nini. Zaidi ya sauti, nadhani utakumbuka kuwa jana binti huyo ameliita sana jina langu. Sijui alilijuaje!"

"Ni mimi niliyekutaja kwanza."

"Ni kweli, lakini hiyo sio sababu ya kumwezesha aliite mara nyingi na kwa ufasaha kiasikile. Ni kama mtu aliyekuwa analifahamu kitambo."

"Wewe si mtu unayefahamika Joram?"

"Pamoja na hayo," Joram aliongeza, "ni wapi alikoipata namba yangu ya simu? Tuseme ndani ya kitabu cha simu. K W:l nini ahangaike kiasi hicho? Na kwa nini mapema hivyo? Neema, huoni ni mwujiza huu? Jana tu alikuwa hoi. Leo anazungumza kwa uchangamfu kabisa na yuko loji badala ya hospitali! Huoni kama kuna jambo hapo? Yaonyesha kuwa ananitafuta. Yawezekana kuwa hata jana alikuwa akinihitaji mimi tu hakuwa majeruhi wala mgonjwa!"

23

Akasita kidogo kabla hajaongeza kwa sauti ndogo akisema: "Na atanipata. Kwa muda mrefu nimekuwa sina kazi ya kufanya."

Wakati huo Joram alikuwa wima akivuta droo hii na ile, akiweka hiki mfukoni na hiki kiunoni. Mara akaanza hatua za haraka kuelekea mlangoni.

"Yaani unakwenda, mara hii!" Neema alishangaa. "Naam."

"Mapema namna hiyo? Si umemwambia baada ya saa moja?"

"Niliamua kumdanganya. Sifahamu kama yeye ananiambia ukweli mtupu, hivyonami sioni vibaya kumwambia uongo kidogo. Nataka kufika mapema kidogo nione anachofanya."

"Jihadhari," ilimfuata akivuka kizingiti.

"Usijali," ikatamkwa bila kugeuka nyuma.

***

"Atakuja! Na atakufa!" Proper alikuwa akimwambIa Waridi.

"Ondoo hiyo mikunjo ya hofu usoni uvae sura yako nzuri kama ilivyo. Akija mpe tabasamu, mpe mapenzi, kisha mkaribishe pombe. Usisahau chupa hilo hapo ni lake, akionja tu yamekwisha, asipoinywa mpake hii kwa hila".

Walikuwa katika chumba fulani, gorofa fulani, katika jumba hili fa Light ambalo liko katika mtaa wa Lumumba jijini Dar es Salaam. Proper alikuwa amekodi chumba hiki kwa ajili ya kazi hii tangu jana atipomtoa Waridi kule hospitali. Usiku mzima alikuwa ameutumia kwa kumtishia Waridi alipojaribu kufanya ubishi. Kisha alikuwa amemlazimisha kufanya mapenzi naye kwa njia zake za kinyama. Alfajiri ndipo alipoanza mipango yake ya mauaji.

Waridi alikuwa kavishwa vazi jeupe la hariri, ambalo lilifichua yote yaliyofaa kufichwa katika mwili wake. Kila jicho liliweza kuona mwili mzuri wa mwanamke huyo, uliokuwa ukimeremeta kwa wekundu ndani ya nguo biro. Uso wake pia ulikuwa "kioo" kwa uzuri wa asili na vipodozi murna vilivyotumiw~ kistaarabu. Nywele zake zilitengenezwa kwa ile mitindo ya kisasa. Kwa kila hali, msichana huyu alionekana tofauti kabisa na yule binti ambaye usiku wa jana tu alilala chini pale baa nusu uchi, akilia. Huyu alikuwa katika hali ambayo ilikusudiwa na ilitosha kuushinda ukaidi wa Joram Kiango dhidi ya wasichana wazuri.

"Uwe msichana hodari. Ni kazi ndogo tu. Baada ya hapo utakuwa huru. Nitakupa fedha za kutosha ukanisubiri Nairobi. Toka hapo tutaenda zetu London au New York, tukatumie. Unasemaje?"

Waridi hakujibu lolote.

"Mbona husemi neno?" Proper alimwuliza. "Hofu ya nini? Hii ni kazi ndogo mno kuliko ile uliyoifanya dhidi ya Bomba. Na bado itakupatia pesa nyingi zaidi ya ule uchafu uliochukua. Jitie furaha na ucheke kidogo."

Kicheko kilikuwa mbali na Waridi. Aliendelea kuduwaa kama mzoga akisubiri lolote aliloelekezwa. Hilo likamchukiza sana Proper.

Akasema, "Sikia wewe, endapo utavuruga tena mpango huu, sitasita kukuua papa hapa. Sasa hivi bado dakika ishirini Joram ataingia hapa. Nitakuwa chumba cha pili nikiangalia kila kitu. Ukishindwa au kuvuruga mpango huu, nitakuua wewe na Joram papa hapa. Nitakuua wewe kwanza na kisha Joram kwa hili hapa," akatoa bastola ndogo kutoka mfuko wa koti lake.

"Sipendi kukuua," aliongeza. "Lakini ukinilazimisha nitakuua".

Akaitazama tena saa yake. "Joram aweza kuwa anakuja sasa. Natoka. Kumbuka niko karibu na tayari kukuua endapo utavuruga. Sawa?" Alitoka na kumwacha Waridi ameduwaa kama alivyokuwa.

Baada ya muda mlango uligongwa, kisha ukafunguka. Joram Kiango alichungulia na kuingia polepole macho yake yakiwa yamepumbazwa na uzuri wa Waridi. Hakutegemea.

"Sister ... mimi mgeni wako nadhani. Naitwa Joram Kiango," alieleza akiandaa tabasamu ambalo alijua linamfaa binti mzuri kama huyo.

Ndipo Waridi alipogeuka kumtazama.

Sura ya Nne

Kama kuna wanawake ambao huisumbua mioyo ya wanaume mara tu watokeapo mbele yao hata wanaume hao wakajisahau na kusahau shughuli zao, basi ni dhahiri pia wapo wanaume ambao huisumbua mioyo ya wanawake kwa kiwango kile kile. Na kama kweli wapo, miongoni mwao yumo loram Kiango. Hayo yalithibitika pindi Waridi alipomtia machoni mara alipoingia.

Moyo wake ulipoteza mapigo kadhaa. Roho aliihisi yapaa nje ya mwili wake. Kadhalika, damu ilisisimka kiasi cha kumfanya ajihisi ganzi mwili mzima. Hivyo, hakuweza kuyaondoa macho yake juu ya umbo la loram ambaye alimsogelea polepole. Nusura wazimu umpande alipoona uso huu wa loram ukiachia tabasamu pevu ambalo lilitosha kuwa tiba kwa maradhi yake. Maradhi aliyofikiria, hayangeweza kutibika.

Kwa bahati mbaya, Waridi hakuwahi kupenda katika maisha yake.

Hivyo hakujua mapenzi ni nini. Hakuwahi kuyaonja. Kama angejua, angefahainu nini kinamtokea. Badala yake, alihisi maumivu rohoni na huzuni kubwa akilini. Akanusurika kutokwa na machozi. Hakujua kitu gani kinamtokca. Isipokuwa kitu kimoja tu alifahamu, loram hakuwa mtu wa kufa. Asingeweza kumwua. Asingeweza ...

Tazama alivyosimama mbele yake kwa upendo na utulivu kama malaika asiye na hatia. Tazama anavyochekelea kwa furaha kama nurn. Mtazame. La, huyu si mtu wa kufa. Waridi akawa ameamua.

"Nadhani mimi ni mgeni wako, mpenzi," lorain alisema tena, akinyoosha mkono wake na kumgusa Waridi bega.

Alikuwa ameshangazwa na uzuri wa msichana huyu. Vipi wengine waumbwe kwa upendeleo kiasi hiki hali wengine wasitofautiane sana na vinyago? alijiuliza. Mavazi ya msichana pia yalimshangaza; mapya ya thamani, kisha ya kihuni kama yaliyoandaliwa kumtongoza! Ambacho hakikumshangaza ni uso

26

mzuri wa msichana huyo kuwa katika dimbwi la majonzi, mashaka, hofu na msiba. Hilo halikumshangaza hata kidogo.

"Ndiyo ... ka ... karibu kaka," Waridi alikuwa akisema.

Joram alimvuta mkono na kumwongoza hadi kitandani, ambako alimketisha naye akaketi kando yake huku akiendelea kuushika mkono wa Waridi.

"Nilikuambia kuwa sauti yako i tamu kama ilivyo sura yako? Nadhani sikukosea. Kwa kweli umeumbika bibie. Ulimhonga nini Muumba hata akakupendelea?"

Sauti ya joram, tabasamu lake likisindikiza kila neno, ilimfanya Waridi aanze kuchangamka. Akasahau yote yaliyokuwa mbele yake na kujikuta kazama katika maongezi na joram. Katika kipindi hicho kifupi bila ya kujifahamu alijikuta amekwisha ufunua moyo wake wote kwa joram, akimsimulia matatizo yake yote. Alipotanabahi alikuwa akisema: "Najisikia kutoweka nje ya nchi bii."

"Kwa nini?"

Swali hilo ndilo lililomzindua. Hakujua yapi alikuwa tayari kuyatamka ambayo hayakustahili kuiacha milki ya kinywa chake. Hofu ikamrejea. Akakumbuka jukumu lililokuwa mbele yake: kumfanya kijana huyu marehemu. Ama ni yeye atakayefanywa marehemu.

Hofu hiyo, ilizidi pindi joram alipoinuka na kusogelea meza iliyokuwa na chupa mbili za pombe akisema: "Bia hii? U naonaje nikiimimina tumboni mwangu kupoza joto la jiji hili kabla hujanieleza sababu ya kuniita kwako? Sijaamini kama kweli kunishukuru tu kungekufanya unitafute ... "

"Usinywe!" Waridi alifoka.

"Kwa nini? Nilidhani umeniandalia", jibu la joram lilifuatwa na tabasamu.

Waridi alikuwa akitetemeka. Asingeweza kusahau maneno ya yule mkatili Proper alipomwambia: "Nitakuwa chumba cha pili ... ukishindwa tena nitakuua papa hapa ... " Hakupenda kufa. Kadhalika, hakuwa tayari kuacha kijana huyu mzuri asiye na hatia, afe. Afanye nini? Kwa kutojua la kufanya alijikuta akianza kulia. Mikono ya joram ikatua mabegani mwake na kumfariji kwa kumkumbatia huku akisema:

"Kama hunipi bia ni wazi kuwa umeniandalia tamu zaidi ya bia.

Kwa bahati mbaya nina mazoea ya kunywa kabla ya yote. Kwa hiyo niruhusu tafadhali."

"Usi ... " Waridi alijaribu kufoka tena. joram alimzuia kwa kumziba mdomo kwa kiganja chake huku akiweka kinywa chake karibu na sikio la msichana huyo na kumnong'oneza:

"Najua kinachotokea. Sinywi pombe hiyo. Acha nijifanye nakunywa ili nimpumbaze huyu anayetaka kuniua. Nitakuomba uwe msiri wangu. Mwache aamini kuwa ameniua. Mwache kila mtu adhani kuwa nimekufa. Nataka kufahamu jambo gani wanakusudia kutenda."

Waridi aliduwaa. "Ume ... umewezaje kujua? .. " alinong'ona. "Niliwahi mapema na kumsikia alipokuwa akikuamuru. Nawe lazima ujue kuwa uko hatarini. Huyo ni mtu hatari. Mara tu utokapo hapa, toroka uende kokote asikoweza kukufikia. Sa sa acha nijifanye nainywa pombe yake:" Akaongeza sauti kusema: "Glasi? Acha ninywe kihuni."

Alifungua chupa moja na kuingia chumba cha msalani ambako aliimimina nusu yake katika tundu la choo. Akarudi na kuitua mezani huku akiendelea kumtupia Waridi maneno ya mapenzi kwa sauti. Mara kwa mara alimshika na kumtomasa hapa na pale ili kumtoa hofu.

"Sasa mpenzi sikia," aliongeza. "Ninaye mgeni ambaye atanitembelea ofisini baada ya nusu saa kuanzia sasa. Baada ya mgeni huyo, kutwa nzima ya leo nitakuwa huru. Waonaje niende mara moja na kurudi sasa hivi? Nadhani tutashinda wote kwa furaha sana. Itakuwa siku njema kwangu."

"Sawa," Waridi alijikongoja kujibu.

"Tafadhali nikukute, ukiwa kama ulivyozaliwa. Ikiwezekana, kitandani. Sawa?"

28

"Bila shaka".

Mara tu joram alipotoweka machoni mWake, "Waridi alijikuta akirejewa na hofu. Ile hakika na ushujaa ambao alikuwa ameuhisi kwa kuisikia sautl ya Joram na kuyaona macho yake yang'aavyo sasa ilikuwa kama ndoto tu. Ndoto ya kale. Hakujua lipi afanye. Akaendelea kuduwaa kimya, akltazama huku na huko kama aliyetegemea kumwona Zibril akimjia na kutwaa roho yake.

Waridi angetimua mbio Proper alipoingia ghafla huku akimtazama Waridi kwa macho ya kutisha. Waridi angeweza kukimbia kama ukuta usingekuwa umemtenga na dunia ya nje. Alichofanya ni kurudi nyuma hatua kadhaa hadi alipoegemea ukuta, macho yenye hofu kayatoa kama kondoo aliyeko juu ya madhabahu, akisubiri kutolewa kafara.

"Mwanakharamu... malaya mkubwa, mwana wa malaya mkubwa ... " alifoka. "Umekosa walao ushujaa wa kunidanganya kuwa hawara yako ameinywa pombe niliyomwandalia? Mara hii umesahau kuwa mmekubaliana naye udai kuwa ameinywa ili ajisingizie kufa? Nakusikitikia Bi. mdogo. Namsikitikia pia huyo hawara yako. Hajui afanyalo. Anadhani kuwa anacheza na watoto wadogo kama alivyozowea. Nilikuwa nimemfanyia hisani kubwa iii afe kistaarabu, hakutaka. Kajitia ujanja. Sasa atakufa kifo cha kusikitisha zaidi."

Jodor Proper aligeuka kama aliyetaka kutoka. Mara kama aliyekumbuka jambo alimgeukia tena Waridi na kusema: "Nawe malaya mwovu hufai kuishi zaidi. Huna faida duniani wala haki ya kuishi. Utamfuata mpenzi wako akhera. Mpe salamu zangu. Mwambie hongera kwa hila zake zisizo na ila." Akageuka na kutoka.

Machozi yalikuwa yamenyauka machoni mwa Waridi. Sasa aliona dunia kama kitu ambacho kilikuwa kando yake. Naam, maisha yake yalikuwa ukingoni. Asingeweza kuitilia mashaka sauti ile ya Proper yenye uhakika. Sauti ambayo masikioni mwake ilikuwa kama ya mauti yenyewe.

Kwa nini aendelee kusubiri? alijiuliza. Kwa nini asubiri kifo cha mateso na kashfa? Kwa nini asitangulie? Sasa macho yake yalikuwa yakitambaa kila mahali kutafuta silaha yoyote ambayo ingefaa kumtoa duniani. Mara yakatua juu ya pombe ile yenye sumu ambayo aliandaliwa Joram. Bila ya kufikiri kwa mara ya pili aliiendea pombe na kuiffiimina tumboni mwake.

Mara akaona furaha kubwa. Furaha ambayo ilimfanya asahau hofu na kudharau vitisho vyote vilivyokuwa mbele yake. Alijiona yu njiani, hatua chache tu kufikia milki mpya. Milki ambayo itampa uhuru kamili.

Furaha biyo ikimwongoza, alitoka nje ya chumba bicho na kuindea lifti. Akateremka hadi chini. Aliiacha hoteli na kuanza safari ya kuelekea kituo cha basi. Mavazi yake yakiwa kama yalivyokuwa, umbo lake likiwa kama lilivyo, na sura yake nzuri ikiwa imepambwa na tabasamu, viliyafanya macho ya wanaume wote kumtazama kwa mshangao wenye tamaa. Baadhi waliguna, wawili walimkonyeza na mmoja alidiriki bata kumfuata. Wote walipata tuzo kwa tamaa yao. Tuzo ambalo lilikuwa tabasamu pana zaidi ambalo liliwafanya wabaki wameduwaa nyuma yake boi bin taabani.

Aliendelea na safari yake. Mwendo wake ukiwa nyongeza nyingine ya mateso kwa watazamaji. Akiwa kajaza nyuma, kakatika kati na kunyooka kama alivyonyookeana, ilikuwa kana kwamba hatembei bali anafanya maonyesbo ya miondoko. Mwenyewe akiwa hana habari hizo, aliendelea na msafara hadi alipofikia kituo na kujiunga na umati uliokuwa ukisubiri usafiri.

"Gari hii hapa dada," mtu mmoja alimwambia. Ilikuwa teksi.

Waridi hakufanya hiana, akajitoma ndani huku akisema:

"Mburahati" .

"Vizuri. lakini waonaje tukipitia bapa hmbassy Hotel tukapate walao mbili mbili baridi?" dereva huyo alit up a ndoana yake.

"Samahani, leo nina haraka." "Tuseme kesho?"

"Sawa ... " alilaghai. Roboni alijua kesho hatakuwa hapa Dar. Hatakuwepo hapa nchini, wala popote Afrika. Atakuwa nje. Nje ya dunia. Aliendelea kuwaza kwa furaha buku akimwitikia dereva huyo "ndiyo" kwa kila alilosema hali bamsikii. Walipofika mbele ya vijumba vyao alimtaka dereva kusimama. "Ni hapa. Ahsante kaka".

Dreva hakuyaamini masikio yake. "Yaani hapa? Nyumba hizi? Na wewe unaishi hapa dada?" aliuliza.

"Hapa ndio kwangu," Waridi alimjibu akiteremka.

"Hapa!" Dereva aliduwaa. Hakutia neno jingine. Badala yake aliigeuza gari yake na kurudi alikotoka kwa mwendo mkali.

Waridi alilakiwa na wenzake waliojawa na mthangao. "Iwe," alitamka mmoja wao. "Ulikuwa wapi?"

"Na ilikuwaje ukaondoka bila ya kuaga?" aliongeza mwingine. Maswali yalikuwa mengi mno. Waridi hakuwa na muda wa kuyajibu yote. Wala hakumbuki yapi alijibu. Anachokumbuka ni jinsi alivyoingia churnbani kwake na kujilaza kitandani akisubiri kifo. Usingizi ukamchukua.

Alipoamka ilikuwa usiku wa saa tatu. Chumba cha pili kitanda cha mwenzake kilikuwa kikilalamika kwa uzito wa viumbe waliokuwa wakikitumia. Naye alikuwa akigongewa mlango. Mteja! Akainuka na kumwendea. Alikuwa mtu mwenye mwili wa mtoto na uso wa mzee. Alikuwa na pesa zake mkononi tayari. uLeo sifanyi kazi," alimwambia akifunga mlango. Hakujali malalamiko ya mteja huyo. Alikuja mwingine. Na mwingine tena. Wote Waridi aliwakatalia. Wote waliondoka shingo upande.

Halafu akaja huyu ambaye hakukubali kuondoka. Alikuwa kavaa kofla kubwa aliyofunika uso wake na kori kubwa lililofunika hadi miguuni. Aliingia kwa kujilazimisha na kufunga mlango nyuma yake huku akisema; "Lazima."

"Leo sitaki."

"Hata kwa elfu moja?" "Hata laki."

Mtu huyo alicheka kidogo. uMimi wanitaka. Umekuwa ukinisubiri muda wote huu". Alitupa kori lake chini na kubaki katika suruali na shati. Akaivua kofia yake na kuitupa juu ya koti hilo. Ni

31

hapo Waridi alipomtambua. Macho yenye hofu kubwa yakamtoka.

"Naona umenikumbuka," alisema polepole. "Unadhani nilikusudia ufe kistaarabu kwa ile sumu? He ilikuwa maalumu kwa Joram Kiango peke yake. Wewe u mwovu mwenye dhambi nyingi. U nastahili kufa kishenzi."

Kabla Waridi hajafahamu kama ilimpasa kufanya nini alijikuta tayari kadakwa ghafla kwa mkono wenye nguvu ambao ulibana mikono yake yote miwili. Kamba zikapitishwa mikononi mwake haraka haraka. Alipotanabahi kupiga kelele, alijikuta katupiwa dude fulani kinywani ambalo lilimziba kinywa. Mara akatupwa chini na kudungwa sindano ambayo ilimlegeza hata asiweze kutapatapa.

Kisha kisu kikali kilichomolewa kutoka ubavuni na kuanza kupita juu ya mwili wake. Maumivu yalikuwa makali, lakini hakuwa na uwezo wa kulalamika. Alichoweza kufanya ni kuendelea kukodoa macho yenye dalili zote za hofu na maumivu. Macho hayo yalishuhudia mikono yake ikikatwa mmoja baada ya mwingine na kuwekwa juu ya kitanda. Kisha tumbo lilifumuliwa na utumbo kumiminiwa katika sinia lililokuwa mezani. Alikuwa amekwisha kata roho pindi kichwa chalte kilipokatwa na kuwekwa juu ya debe, kando ya kitanda.

Akiwa karidhika na kazi yake, Proper alizivua nguo zake zenye damu na kuzifutika karib mifulw ya kori lake ambalo alilivaa na kisha kutoka zake nje polepole kamawateja wengine. Hapo nje aliwakuta wateja kadhaa ambao walisimama kwa namna ya mstari wakisubiri zamu zao. Akafanya haraka kuendea sehemu aliyoflcha gari lake.

Mteja alieyingia baada ya Proper aliduwaa kwa kutomwona Waridi. Kisha aJishangaa kuiona miltono ya mwanadamu iliyolala peke yake juu ya kitanda. Halafu akakiona kichwa kilicholowa damu, kimelala chali. Hakuyaamini macho yake. Na ilipomtukia kuyaamini alihisi akili yake ikipaa. Akapiga kelele kwa nguvu na kuanza mbio akielekea barabarani. Alianguka, akainuka na kuendelea na safari yake.

Mteja wa pili alichungulia tu na kugeuka akianza safari ya kurudi zake alikotoka kimya kimya.

Ni mteja wa tatu aliyewaambia majirani kilichotokea. Kisha yeye pia alitoweka. Majirani walichanganyikiwa kwa muda mrefu. Mmoja wao alitapika. Wawili walilia kwa nguvu. Umati mkubwa ulifika. Polisi pia hawakuchelewa.

⁂

"Wasema u nani wewe?" "Joram Kiango!"

Inspekta Mkwaju Kombora hakupenda kuyaamini masikio yake.

Jina la Joram lilikuwa maarufu kichwani mwake kama mbwa anayoifahamu harufu ya chui. Alimfahamu vyema Joram. Yule kijana machachari aliyefanya mengi dhidi ya wahujumu Ja majasusi hatari ambao jeshi la polisi lilielekea kukata tamaa. Yule kijana sana, mpole sana, mwenye nguvu na akili. Si huyu mzee aliyesimama mbele yake katika vazi Ja Kiarabu, kanzu nyeupe, kapiga kilemba, mwenye ndevu ndefu, wo uliofunikwa na miwani na mkononi kashika [mho ambayo ilimsaidia katika mwendo wake wenye dalili zote za udhaifu wa kizee.

"Joram?" abuliza tena.

"Naona hujanifahamu Inspekta," ilisema sauti ambayo Kombora alielekea kuifahamu kwa mbali.

"Pengine niondoe miwani na haya madevu ya bandia ili uweze kunitambua." Madevu yakatolewa na miwani ikavuliwa. U so uliosimama mbele yake ukitabasamu, ulikuwa wa Joram Kiango ambaye Kombora alimfahamu vyema.

"Nini sasa unafanya Joram? alishangaa Kombora. "Mchezo huo una lengo gani?"

"Sio mchezo Inspekta. Niko kazini. Unionavyo hapa mimi ni marehemu. Wako watu wameniua. Nataka niendelee kuwa marehemu ili ... "

Kombora akamkatiza kwa kumwekea mkono begani huku akisema, "Sikia Joram. Kama ni mzaha, ngoja nitakapokuwa hurn

33

ndipo utakapoufanya ten a mchezo wako, tucheke pamoja. Kwa sasa niko katika mkasa mzito ambao unaweza kuhatarisha usalama wa jiji endapo mtu huyu mwenye roho ya kinyama hatapatikana."

Habari hiyo ikamvutia Joram. "Mtu gani?" alihoji mara moja. "Hujasikia tu? Nilidhani wewe hupitwi na neno."

"Kusikia?"

"Juu ya msichana huyu ambaye ameuawa kikatili kuliko ilivyowahi kutokea huko mbeleni. Tumefanya kuokota viungo vyake kimoja kimoja ndipo tukapata maiti nzima. Yule yeyote aliyemwua ni mnyama kuliko wanyama wa kawaida. Mtu awezaye kumchinja msichana aliyekuwa rnzuri kama yule ... "

"Sijakuelewa Inspekta, yaani..." Kisha Joram akapunguza kasi na kuuliza habari hiyo kwa tuo. Akaelezwa tukio zima lililotukia usiku huo huko Mburahati.

"Haikuwepo haja ya kumpeleka hospitali," Kombora aliongeza, "viungo vyote viko hapa chumba cha maabara. Kama unapenda kutazama vitu vya kutisha waweza kwenda."

"Ningeomba kumwona tafadhali."

Kombora akaiacha ofisi yake na kumwongoza Joram hadi maabara ambakowalifungua friji na kutoa kichwa kizuri cha aliyekuwa msichana mzuri Waridi. Joram aliitazama kwa muda. Kwa mara ya kwanza maishani mwake alihisi machozi yakimlengalenga. Aliyafukuza machozi hayo kwa kutabasamu huku akinong'ona kama anayesali... "Waridi! Mungu akurehemu. Najua ni mapenzi yako kwangu ambayo yamekufanya ustahili adhabu hiyo ya kinyama. N akuahidi nitalipa kisasi."

Sala hiyo ilimfikia Kombora. Akamgeukia Joram kwa mshangao na kusema: "Yaani unayafahamu haya? Tafadhali turejee ofisini ukanisimulie mkasa mzima."

"Sijawa na la kusimulia," alijitetea. Hata hivyo alimsimulia Kombora yote aliyoyajua. Tangu alivyomwona Waridi kwa mara ya kwanza pale baa akiwa kategwa kwa sumu iliyokusudiwa kumwua yeye. Akaeleza pia yaliyotukia chumba ambacho Waridi aliandaliwa

34

kwa sumu ile ile iIi amnyweshe kwa hila. Ambacho hakueleza ni jinsi alivyofika hapo kabla ya wakati na kubahatisha, ingawa kwa taabu, na kumwona mwuaji yule akimpa Waridi maelekezo. Hilo aliacha iIi apambane nalo binafsi. Hakupenda kuwaachia polisi ambao aliamini wangeweza kuharibu uwezekano wa kumtia mkononi.

"Unataka kusema binti huyu marehemu ndiye yule aliyetoroka hospitali banda ya kuokotwa pale baa?" Joram akatikisa kichwa.

"Ndiye? Basi anastahili kifo cha aina hii. Kwa nini hakutoa taarifa kwa polisi, tungeweza kumsaidia. Alikuwa nao katika njama."

"Yawezekana au haiwezekani," lilikuwa jibu la Joram. "Aweza kuwa alilazimika au kulazimishwa. La muhimu sasa ni kumpata huyo mwuaji."

"Ndiyo ... apatikane haraka. Wewe humjui Joram?"

Joram alikanusha. "Angalia bwana mdogo. Ninavyokufahamu mimi bila shaka wajua mengi zaidi ya haya uliyonieleza. N awe kama uonavyo hawa ni watu hatari kuliko unavyofikiri. U siwachukulie mzaha ucheze nao kama ilivyo kawaida yako." II

"Sina mzaha na mwuaji Inspekta," Joram alijibu. "Tena nadhani nitawatia mikononi mwako mapema zaidi. Ninayo nafasi nzuri sana. Sasa hivi wao wanadhani nilikunywa ile dawa na sasa niko mahtuti au marehemu tayari. Imani hiyo itawafanya waendelee na mipango yao. Nataka kujua wanakusudia kufanya nini, na ni akina nani, kisha nitawatia mikononi mwako."

"Hilo ndilo lililonifanya nijibadili kuwa katika hali hii Inspekta. Nimeona nitoweke machoni mwao. Haja yangu hap a kwako ni kukuomba utangaze kuwa nimefariki ghafla. Nadhani watafurahi na kuendeleza mbinu zao. Ndipo nitakapofufuka na kuwatia mkononi."

Walijadiliana kwa muda. Kombora akawa ameafikiana, japo kwa tabu sana na Joram. Nia yake ilikuwa Joram awaachie polisi kufanya kazi yao. Lakini maelezo ya Joram yalimtua hata akakubali ingawa shingo upande. "Kumbuka ninavunja sheria zote kushiriki katika uongo mkubwa kama huu. Hivyo, nakutegemea hutaniangusha kwa

35

kushindwa kuitimiza ahadi yako ya kuwatia watu hawa mikononi mwa sheria," Kombora alisema baadaye.

"Wanifahamu Inspekta. Siwezi kushindwa kamwe," Joram alimjibu akiweka vyema ndevu zake za bandia na kuvaa miwani yake. Akautwaa mkongonjo wake na kuiacha ofisi ya Inspketa Kombora kwa mwendo ambao ulimfanya Inspekta huyo ambaye hucheka kwa nadra sana aangue kicheko kipana.

Usiku huo taarifa ya habari ya RTD ilibeba habari ambazo ziliwashtua wasikilizaji kote nchini.

"... joram Kiango yule mpelelezi wa kujitegemea amefariki ghafla nyumbani kwake kwa maradhi ambayo bado hayajatambulikana. Madaktari watatoa taarifa yao hivi karibuni ... "

Haikuwa habari njema hata kidogo. Wala hakuna aliyeitarajia. Kila aliyemfahamu Joram alitegemea kuwa angekufa kwa risasi au madhara mengine kutoka kwa maadui zake. Kufa kwa maradhi! Haiwezekani!

Taarifa za habari za Sauti ya Kenya na Ujerumani ziliidaka habari hiyo na kuitangaza kwa mapana zaidi ... "Yule kijana machachari" ... walisema Wakenya, *"The Iron boy ..."* walimwita hivyo Wajerumani... "amefariki ghalfa. Yawezekana ni njama za wahujumu ambao wanamwogopa kama moto."

Ndipo watu walipolazimika kuamini. Wengi walisikitika. Wengi walitoa machozi. Wachache walishangilia.

Sura ya Tano

Nyumba hii iliyobomolewa na bomu ilikuwa btib mtaa wa Manda Magomeni Mikumi. Ilikuwa nyumba ambayo kwa muda mrefu haikutumiwa kwa kutokamilika kwake. Joram alikuwa ameichagua nyumba hii kujificha baada ya kuitazama mara kwa mara kila alipopita katika mtaa huu na kuona ilivyokaa vizuri kwa siri. Ilikuwa imezungukwa na kichaka cha miti ambayo awali ilikusudiwa kuwa bustani. Haikuwa rahisi nyumba jirani kufahamu yanayotokea katika nyumba hii kwa jinsi zilivyotengana. Zaidi, ilikuwa na njia ya uwani ambayo ilipitia katika uchochoro hadi mitaa ya nje kabisa.

Kuhamia hapa ilikuwa siri yake binafsi ingawa Inspekta Kombora alimsihi sana amfahamishe wapi angeji,ficha. Alikuwa amehamia hapa usiku wa manane baada ya kujipitishapitisha iii kuhakikisha kuwa hafuatwi. Mzigo wake pekee ulikuwa suitcase yake ambayo ilichukua vifaa vyake muhimu ikiwa pamoja na silaha.

Usiku huo wa kwanza alilala vyema. Alfajiri aliamka na kujiandaa kwa kuvua ujana na kuvaa uzee. Baada ya kukamilika alilificha vizuri begi lake na kutoka hadi polisi ambako alikamilisha mipango yake na kurejea mafichoni akisubiri muda alioupanga iIi aanze harakati zake.

Joram alikuwa na hakika kuwa kazi hii isingemchukua muda kuimaliza. Jambo lililomtia matumaini ni kule kujua kuwa adui walikuwa wakisubiri kifo chake iIi waanze shughuli zao. Kadhalika, mmoja kati ya adui hawa hakuwa mgeni kwake. Alimchungulia alipokuwa akitoa amri kwa marehemu Waridi na kuipata picha yake. Isingemchukua muda kumfahamu kikamilifu. '

Kitu kimoja Joram hakujua. Hakujua kama makazi haya ya siri aliyohamia hayakuwa yake binafsi. Yalikuwa malazi ya Ruta Bagambe, mmoja kati ya mamia ya vijana wazururao katika jiji la Dar es Salaam.

Ruta alikuwa ameingia jijini miaka zaidi ya kumi iliyopita, akitokea kwao kijijini katika mojawapo ya wilaya za mkoa wa Kagera. Alikuja kwa nia njema ya kujipatia kazi baada ya elimu yake ya msingi. Jiji likamlaki kijeuri kama linavyowalaki wote. Kazi haikupatikana kwani hakuwa na mtu wa kumfanyia "mpango" wala pesa za "motisha".

Akaambulia kuangukia katika vibarua vya kutwa. Pesa alizopata zikawa ndogo mno kulingana na mahitaji ya jiji. Kila siku akawa mtu wa "kuchacha". Hilo likamtuma kuutumia muda wake wa ziada kwa kuwachomolea wasafiri wa Uda na DaJadala. Tabia biyo haikuchelewa kumfikisha Keko akiwa na majeraha mengi usoni. Alipotoka huko hakuwa Ruta mwenye nia njema tena, bali mtu ambaye alikuwa tayari kufanya lolote mradi apate chochote.

Msimamo huo mpya ulimfanya apoteze chumba na kukosa marafiki wa haja. Rafiki zake pekee walikuwa wahuni wenzake na walikutania "kazini". Baada ya "kazi" kila mmoja alijua lake.

Siku alizopata, alistarehe"kwa kulewa, kujipatia wasichana wazuri na kulala vizuri katika majumba ya kupanga au majumbani kwa wasichana hao. Alipokosa alijutia na kujisahaulisha kwa kuvuta bangi na kujilaza zake katika kijumba bicho kibovu.

Hivyo alfajiri biyo aliona kama mwujiza kuona "mzee" huyu mwenye dalili ya pesa na sura ya Kialhaji akitokea katika kimoja cha vyumba bivi na kwenda zake akiitumia ile njia yake ya siri! Mara moja wazo likamjia; kwamba mzee huyu alikuja katika ghofu hili kwa sababu maalumu. Sababu ambayo hakuona kuwa yaweza kuwa nyingine zaidi ya kuficha pesa au vitu vya thamani. Wazo hilo likamtuma kuanza upekuzi akitafuta chochote ambacho mzee huyo alificha. Hakupata kitu. Hata hivyo alikuwa bado akiendelea na upekuzi wake pindi "mzee" aliporejea. Hima akajipenyeza katika chumba cha pili ambako alijilicha vizuri. Joram hakumwona. Darubini ya adui yake Joram kutoka nyumba ya pili pia haikuweza kumwona. Alitulia akimchungulia Joram ambaye aliketi akishughulika na yake.

Kisha Bagambe alimwona mtu mwingine akiinyatia nyumba hii hii mkononi kashika vitu ambavyo alivificha kwa hadhari chini ya mlango. Baada ya mtu huyo kushikashika hapa na pale aliondoka na kurejea alikotoka kwa hadhari na ukimya ule ule.

Kitu gani kinatokea? Bagambe alijiuliza. Hakika moja alikuwa nayo kuwa hii ilikuwa nafasi yake pekee ya "kuukata". Kwamba leo lazima ungekuwa mwisho wa maisha yake ya kubahatisha na mwanzo wa maisha mapya. Ingekuwaje vingine na eti bahati zinamfuata hadi huku badala ya yeye kuzifuata katika vituo vya basi?

Hakuiona haja ya kuendelea kusubiri. Kwa hadhari kama paka anayemnyemelea panya, aliiendea sehemu hiyo aliyoona kitu kikifichwa. Alipofika alipekuapekua polepole. Kisha aligusa waya fulani ambayo hakutaraji kuiona hapo. Aliitazama kwa mshangao. Mshangao ambao ulikatizwa na mlipuko mkali uliomfanya apae juu na kutua chini hali tayari katawanyika vipande vipande mfano wa nyama ya kopo inayoandaliwa kusindikwa.

Mlipuko ulimkuta Joram akiwa wima, fimbo mkononi. Aliduwaa alipoona ghafla mtu akizuka mbele yake na kupaa angani ambako alitawanyika vipande vipande. Lakini hakupata muda wa kuendelea kuduwaa, kwani wakati huo huo kila kitu kilikuwa kikipaa na kutua huku na huko kwa kishindo cha kutisha.

Kila"kitu, pamoja na Joram mwenyewe. Alijikuta angani kisha akajibwaga chini akifuatwa na lundo kubwa la vitu vizito ambavyo vilimfunika.

Hakuwa na muda wa kusikia maumivu pia. Alihisi kama aliyepoteza kichwa au ubongo. Fahamu zikamtoka na nafasi yake kuchukuliwa na kiza kinene kinachotisha.

***

Kifo cha kusikitisha! aliwaza hivyo, karibu kila mtu kati ya umati mkubwa uliosimama kando kuizingira nyumba hiyo. Macho yenye hofu na huzuni yalikuwa yakiwatazama askari ambao walikuwa wakiokota viungo vya marehemu kimoja baada ya kingine na kuvitia katika sanduku. Ni watu wachache sana waliolitazama tukio hili kwa muda mrefu. Wengi walilitupia jicho kwa sekunde chache na kisha kugeuza nyu so zao upande mwingine wakiguna au kufuta machozi. Mama mmoja alisikika akilia kwa sauti.

Ilikuwa mara ya kwanza kwa wengi wao kushuhudia mtu aliyepoteza maisha kwa njia hii.

Kati ya watazamaji alikuwepo Jodor Proper. Alikuwa mmoja kati ya waliofika awali. Alimkuta mtu wake aliyetega bomu hili akijikung'uta vumbi baada ya ule mweleka alioupata kutokana na tofali lililompiga kichwa. Yeyt: alikuwa mmoja kati ya "wapita njia" wanne waliojeruhiwa katika ajali hii. Proper alimsaidia kama mtu asiyemfahamll. Alipopata mwanya alimnong'onezea: "Kazi nzuri. Sasa nenda zako ... "

Mtu huyo alipoondoka) Proper aliendelea kutazama "ajali" huku akijitia kunung'unika. Lakini rohoni alikuwa akisherehekea na kushangilia sana. "Kifo kinachomstahili kabisa!" aliwaza kwa furaha. "Mnofu mmoja mmoja! Na ajiunge basi tuone ulipo huo ushujaa wake."

Wazo la kwamba huenda huyu akawa si adui yake Joram Kiango halikumjia akilini. Ingawa haikuwepo njia rahisi ya kuthibitisha mabaki hayo ya marehemu) lakini katika uchunguzi wake alikwisha iona ile [unho ya Joram na madevu yake ya bandia ambayo yaliokotwa na askari mmoja na kumwonyesha Inspekta wao ambaye aligutuka kama aliyeguswa na simba. Jambo ambalo lilimfanya Proper ajisikie kucheka huku akijiuliza wangeangaza nini ten a na walikwisha tangaza zamani kuwa Joram amefariki?

Proper alipoondoka hapo alikuwa na wazo moja tu la kuendelea na mipango yao bila ya hofu yoyote. Kikwazo pekee kilikuwa kuzimu) kikiwasalimu babu zake.

Polisi walipendekeza kuondoa kila kitu iii kutazama kama walikuwemo majeruhi wengine waliokandamizwa. Lakini jirani waliwahakikishia kuwa nyumba hii haikuwa na watu. Wakaaflki haraka haraka kwa kuona wameiepuka kazi nzito ambayo ingewatoa jasho. Wakaondoka zao na maiti wao wakiuacha nyuma umati wa watu ambao uliendelea kumiminika kutazama eneo hilo.

Usiku ulipoingia uliwafukuza watu na kuliacha kimya eneo hilo.

***

Unono, mwanamke wa makamo, mfupi kiasi, mnene tosha, mweusi kupindukia, ni mmoja kati ya watu wengi walioshuhudia ajali hii. Alikuwa miongoni mwa umati, na kama wengine alisema hili na kusikiliza lile, macho yakifanya kazi ya kutazama kwa hofu tukio hilo pamoja na polisi, ambao walikuwa katika pilka pilka za kukusanya mabaki ya marehemu.

Kichwani Unono alikuwa na mawazo tofauti) nje kabisa ya msiba huo uliotokea. Alikuwa na mawazo yenye mchanganyiko baina ya matatizo ya kiuchumi na kimapenzi. Alihisi kuwa sehemu hiyo ingeweza kumfanya apate ufumbuzi wa tatizo moja au yote mawili.

"Usiku ... " aliwaza.

Kimaumbile, Unono hakuwa na umbo la kuridhisha. Wala hakuwahi kujidanganya kuwa ana sura nzuri. Ukweli huo alikuwa ameubaini tangu enzi ya usichana wake alipojiona akikua miongoni mwa vijana wa kiume ambao walimwepuka kama jini na kumtazama kama jinamizi. Wakati huo huo, aliambulia kuona wenzake wakifuatwa na vijana hao hao kama malaika, wakipewa lugha tamu na vitendo vya mapenzi. Ndipo alipoanza kujichunguza katika kioo. Akagundua kuwa pamoja na kuwa mbaya, alitisha na kuchukiza kwa jinsi alivyojengeka kama kilema ingawa hakuwa na kasoro yoyote kimaumbile. Hivyo, maisha yake yaliyofuata, aliishi akifahamu kabisa kuwa tunu ya kuzaliwa mwanamke yeye isingemsaidia kama wengine. Alihitajika kutoa jasho iii aishi.

Jasho lake alilitoa vilabuni akiwauzia walevi makongoro ya ng'ombe ambayo aliyanunua machinjioni na kuyachemsha kwa maji na chumvi. Sura yake haikumtendea wema katika biashara yake.

41

Mwanamke huyu, aliyekuwa na tamaa zote za kike, alipata mume wa kumfariji kwa bahati. Na alipopata, ilikuwa mhali mwanamume huyo kurudi. Naye Unono hilo halikumshangaza kamwe kwani ilikuwa kawaida katika maisha yake. Hayo yalitokea kwa nadra. Hivyo,a siku nyingi Unono alikuwa mhitaji. Ndipo alipobuni mbinu za kutembea sehemu fulani fulani usiku, ambazo alikuwa na matumaini ya kumkuta mwanamume ambaye nafasi na hali isingemruhusu kuchunguza. Walevi wachelewao kurudi majumbani, wazururaji wasio na malazi maalumu, na walinzi wakeshao nje, ni miongoni mwa wateja ambao Unono aliwahi kuwapata. Baadhi, waliwahi hat a kumpa pesa.

Kwa hivyo akakusudia kujaribu bahati yake kwenye en eo hili lililolipuliwa na bomu. Hangekosa kufua dafu pale. Askari mmoja au wawili wasingekosa kuwekwa hapa kulinda mazingira haya. Mmoja wao asingekosa kumtupia maneno iwapo angeicheza vyema karata yake. Na hata wawe wote wawili angebabaishwa na nini angestahimili. Eti kakosa mapenzi ya mume kwa muda mrefu sasa.

Ni mawazo hayo yaliyomfanya Unono afunge biashara yake mapema na kurejea nyumbani. Alioga,akajipaka mafuta yake yenye harufu nzuri, mafuta ambayo aliyanunua kwa shingo upande. Alivaa buibui lake jeusi bila ya vazi lingine lolote mwilini.

Alijikuta akiingiwa na wasiwasi. Alikuwa peke yake, katikati ya kiza katika eneo ambalo mchana huo lilikuwa la maafa. Akawaza kurudi, lakini alijikongoja hadi alipofika kando ya vifusi vya jumba hilo. Alitupa macho kila upande, hakuona dalili yoyote ya mlinzi. Baada ya mizunguko kadhaa, aliamini kuwa sehemu hiyo haikuwa ikilindwa. Akasononeka moyoni.

Mara likamjia wazo jingine. Yawezekana katika jumba hili mlikuwa na kitu cha thamani ambacho angeweza kukiuza! Wazo hilo likamtuma U nono kuanza kuchungulia hapa, akishika kile na kujipenyeza pale. Alipata mwanya ambao ulimwingiza ndani ya kifusi hicho. Mikono yake iliendelea kupeleleza kwa makini, macho yakifanya juhudi kutazama.

Ghafla akagusa kitu ambacho kilimshtua. Kitu chenye dalili za uhai. Nyoka? alijiuliza baada ya kuutoa haraka mkono wake. Baada ya kutazama kwa makini, aligundua kuwa alichogusa ni mwili wa binadamu. Ugunduzi huo ulimshtua zaidi. Maiti nyingine! aliwaza akiinuka na kuanza kuondoka.

Kisha ushujaa ulimwingia na kumfanya ahairishe safari yake na kuulnamia mwili huo kwa uchunguzi zaidi.

Sura ya Sita

Inspekta Kombora alijisikia mgonjwa mahututi, ingawa asingekuwa tayari kumweleza daktari wala kujieleza mwenyewe ni maradhi yepi yanamsumbua. Alijiona tu yu hoi bin taabani, hali ambayo ilimtokea ghafla tangu alipoviona vile vipande vya mwili wa binadamu vilivyotapanywa na bomu na kuokotwa zile ndevu za bandia alizokuwa kavaa Joram.

Joram kufa! lilikuwa wazo ambalo lilimtesa zaidi ya ukweli wenyewe. Joram ambaye jina lake lilikuwa kama tishio kwa waovu wote wenye nia mbaya dhidi ya nchi ya wananchi! Joram ambaye ameiweka roho yake hatarini mara kwa mara kuwakabili maadui wenye nguvu na uwezo wa kutisha! Joram, kijana mwenye moyo wa jiwe na mwili wa chuma! Joram ...

Ni miaka mingi iliyopita mno, kiasi kwamba Kombora hakumbuki ni lini hasa alipowahi kutokwa na machozi. Leo hii, akiwa peke yake ofisini, kainamia meza yake, alilihisi chozi likipenya vipingamizi vyote na kuteleza juu ya shavu lake, jambo ambalo lilimshangaza sana. Mshangao ambao ulimezwa na hasira kali ya ghafla. Akaupiga mkono wake mezani kwa nguvu nyingi na kudondosha vifaa kadhaa sakafuni. Hakujishughulisha kuokota chochote.

Joram kufa!' ..aliendelea kuwaza kwa uchungu.

Mara swali la kutisha likamjia akilini. Ataitangazia nini dunia baada ya ule uongo wa kifo cha Joram kwa sumu? Dunia ingemwelewa vipi?

Halafu akajikuta akitetemeka ghafla lilipomjia swali la kutisha zaidi. Ni nani hawa wauaji, na wanakusudia kufanya nini? Kwamba, hawa si adui wa mzaha mzaha, hakuwa na shaka nalo. Yeyote aliyefaulu kumwua Joram, na hasa kumwua kikatili kiasi kile, asingekuwa mt.u wa mzaha hata chembe. Wala asingekuwa mtu anayecheza isipokuwa aliyedhamiria kutenda jambo baya mno ambalo hakutaka Joram aliingilie kama alivyofanya majuzi kwa

44

kuwavunja uti wa mgongo wale waroho waliokuwa katika hatua za mwisho za kupindua nchi na kuiuza kwa mabwana zao mabepari. Hawa ambao wamelazimika kumwua loram kwa bei yoyote ile wanakusudia kufanya nini?

Ilimuumiza zaidi kujiona yeye kama mkuu wa usalama jijini, abe kimya hali ajua kuwa kuna uovu uliojificha kando ultinyemelea, wabti huo huo akiwa hajui ni uovu gani na utatokea upande gani.

Alikuwa amekwisha fanya mengi. Tangu jana baada ya kutazama mabaki ya marehemu yakikusanywa, alikwisha chukua hatua zote za upelelezi dhidi ya mauaji hayo. Kikosi cha askari kilikwisha teuliwa kitambo, kikifuata kila kichochoro ambacho kingeweza kuwaflkisha mbele ya adui. Maswali mengi pia yalikuwa yakiulizwa. Lakini yawezekana kabisa kuwa maswali hayo yangeweza kuulizwa kwa miaka bila ya jibu lolote kupatikana. Mtu pekee ambaye ama alikuwa na jibu tayari, ama angeweza kulipata mapema zaidi, sasa alikuwa marehemu.

Hata hivyo afanye nini? Aendelee kumsubiri mtu au watu hawa wafanye yote waliyokusudia wakati yeye akiendelea kustarehe juu ya kiti hiki? alijiuliza. Afanye nini kuongeza nguvu ya mkono wa kuwatafuta maadui hao? Nani anayeweza kuwa na walao fununu ya kinachotokea?

Ni katika kujiuliza maswali hayo alipomkumbuka Katibu Mahsusi wa loram Kiango, yule msichana mzuri, Neema Iddi. Akajilaumu kwa uamuzi wake wa kumpinga msaidizi wake mmoja ambaye alipendekeza N eema aletwe ili amthibitishe · marehemu.

"Ataonyeshwa nini? Huoni kama tunaweza tukampa msichana wa watu ndoto za kutisha maisha yake yote, au hata wazimu kwa kumwonyesha haya mabaki ya mtu aliyekuwa mwenzi na mpenzi wake?" Kombora alikuwa amemjibu hivyo askari huyo. "Hapana", aliongeza. "Mwacheni."

Zaidi ya hayo, nadhani mnakumbuka kuwa hii ni siri ambayo ni watu wachache sana watakaowajibika kufahamu kuwa aliyefariki ni loram Kiango. Wengine wote lazima waenddee kuamini kuwa alifariki ghafla kabla ya kifo hiki."

Sasa aliuona umuhimu mkubwa wa kumwona Neema. Hivyo, bila ya kuaga wapi aendako, alipanda gari na kuidekeza iliko oflsi ya Joram.

Aliikuta imefungwa. Akaielekeza Temeke ambako alifahamu jina la mtaa na namba ya nyumba yake Neema.

***

llikuwa siku ndefu kwa Neema Iddi. Ingawa kila siku ni kama nyingine lakin! hii aliiona hivyo kutokana na ile harara kubwa iliyomkalia rohoni ikimtia shauku ya kumwona Joram na kutaka kufahamu hicho alichokuwa akishughulikia safari hii, hata akajibadili kuwa mkongwe kiasi kile, na kutangazwa uongo kuwa amekufa. Neema alihisi kuwa mkasa huu bila shaka ni wa kutisha na wa hatari kuliko yote iliyotangulia, au sivyo, Joram asingechukua hadhari kiasi kile, wala polisi wasingeafiki kutangaza uongo. Ilimsikitisha Neema alipokumbuka Joram alivyomnyima siri hiyo kwa madai ya kwamba, ni "hatari" kumhusisha.

Jana nzima Neema alikuwa ameshinda katika hali hiyo. Akihesabu dakika na masaa, kusubiri wakati ambao ingetangazwa upya redioni:

"Joram yu hai... Na amesababisha kukamatwa kwa wahujumu ambao ... " Ni hapo alipokuwa akiishia Neema. Na ni swali hilo ambalo lilikuwa likimweka roho juu. Hamu ya kujua safari hii adui ni nani na wanakusudia kufanya nini.

Neema alitabasamu, akakumbuka sifa ambayo Joram amepata kwa kusuluhisha mambo magumu magumu. Mara hii, aliwaza, ataitetea nchi yake sifa gani? Wazo kuwa angetokea mtu, amshinde Joram, hasa baada ya kutangazwa kuwa amekufu, kama walivyotaka wao, halikuwa na nafasi katika fikira za Neema. Akiwa mtu ambaye amesikia sifa nyingi za wapelelezi hodari duniani, pamoja na kusema

46

hata hadithi za kubuni juu ya upelelezi, bado Neema alikuwa hakumbuki kama alikwisha tokea yeyote mwingine ambaye alikuwa na mtindo wa Joram. Mtu asiyeogopa wala kutishika, mtu asiyekata tamaa, mtu ambaye anajua anachokifanya! Neema alihisi furaha na faraja kubwa kuona kuwa yeye ni msichana pekee ambaye amepata fursa ya kushirikiana na mtu huyu shujaa. Hadhi iliyoje!

Ni mawazo hayo yaliyokuwa yakimfanya atabasamu. Lakini alijitahidi kuificha tabasamu hiyo kwa huzuni wa uongo kila mtu na kumpa pole kwa kifo cha Umwajiri" wake. Ilikuwa wajibu wake kujifanya yumo katika msiba.

"Amekufa kijana yule mzuri? Siamini!" angesema jirani mmoja.

Neema bila ya kumtazama usoni angemjibu kwa masikitiko: "Amekufa ... ndiyo dunia."

"Kifo cha ghafla! Wamempa sumu?" "Haijajulikana."

"Kweli ndege mjanja hunaswa na tundu mbovu."

Angeondoka huyo, aje mwingine. Kila mmoja alisema hili au lile, Neema aliwasikiliza wote na kuwafanya waondoke wakiwa wameamini kile ambacho hawakutaka kukiamini, kuwa Joram Kiango amefariki.

Neema akiwa bado katika hali hiyo, tabasamu rohoni, huzuni moyoni, alisikia gari likisimama mlangoni mwao na baadaye mlango wa chumba chake kugongwa. Aliingia Inspekta Mkwaju Kombora.

Macho ya Kombora yalimfanya Neema ahisi mara moja kuwa hakuwa na habari njema. Akiwa si mgeni kwa Inspekta huyu, baada ya kuzungumza naye mara kwa mara juu ya harakati za Joram, Neema alimjua tosha na kujua lini yuko katika hali mbaya awazo na lini anajisingizia hali mbaya. Leo ilikuwa dhahiri kuwa kitu kikubwa kimemkalia rohoni.

"Vipi Inspekta?" alihoji baada ya kumkaribisha kiti. "Joram amekufa!" Kombora alimwambia.

"Najua," Neema alijibu akitabasamu.

"Hujanielewa nadhani. A-me-ku-fa," alisisitiza.

Kidogo Neema akashangaa. Ndiyo mzee! Nadhani hata wewe

47

unajua. Imebidi ajifanye hivyo kwa ajili ya watu hawa ambao wanamtafuta. Muda si mrefu atafufuka na jambo ambalo naamini litakusisimua Inspekta."

Kombora akamkatiza na kumweleza tukio zima la bomu na kutawanyika kwa viungo vya marehemu. uNimeona nitakutia katika msiba kukuonyesha mabaki hayo ya Joram. Kwa kweli kilikuwa kifo cha kusikitisha sana dada yangu. Sikuona kama ungestahili kumwona mtu uliyempenda akiwa katika hali kama ile."

Ndipo Neema alipoupata ukweli ulivyo. Kwa muda aliduwaa, macho kayatoa kurntazama Kombora hall hamwoni. Alihisi damu yake imesimama kabisa na fikra kukwama. Foram kula! Fahamu zilipomrejea, alinong'ona neno fulani ambalo Kombora hakulisikia. Kisha aliondoka mbio hadi chumba chake cha kulala. Alifunua mto na kuitoa bastola yake ndogo ambayo alizawadiwa na Joram katika moja ya sherehe za kuzaliwa kwake. Akaishika imara na kuitingisha huku akipiga kelele: "Nitamwua yeyote aliyekuua Joram ... " alifoka, lakini sauti ilitoka kwa mnong'ono hat a isiyafikie masikio yake mwenyewe. Alipojikumbusha kuwa alikuwa hamjui mwuaji huyo, aliirejesha silaha hiyo katika maficho yake ya siri na kuduwaa katikati ya chumba. Kisha alirejea ukumbini na kuketi chini.

"Samahani Inspekta", alitamka pole. "Kwa muda mrefu sijapata habari mbaya kama hii."

"Sio habari ya kupendeza hata kidogo. Mimi pia imenitia homa.

Pole sana."

Baada ya hayo, Kombora aliyarejesha maongezi yake kikazi.

Alimsihi Neema kueleza chochote anachofahamu ambacho kingewezesha kupatikana kwa mwuaji au wauaji hao mapema iwezekanavyo. Alivunjika moyd baada ya kugundua kuwa Neema hakujua lolote la haja. Hivyo, akaondoka kurejea ofisini baada ya kumkurnbusha kuwa kifo cha Joram kiendelee kuaminika kuwa alifariki ghafla kwa maradhi ambayo hayajafahamika.

Neema alibaki katika hali ile ile ya butwaa, moyo ukiwa kama uliokufa ganzi na ubongo kudumaa. Alihisi kama aliyefika ukingoni katika safari yake ya maisha. Joram alikuwa kwake kila kitu. Alikuwa furaha na faraja yake, heri na neema yake. Hakuona vipi angeyahimili maisha bila ya tabasamu la Joram tena mbele yake. Hakujua vipi angeweza kusisimkwa bila ya harakati za Joram dhidi ya adui zake.

Mapenzi yake kwa Joram hayakuwa yale ya kimwili baina ya msichana na mvulana. Lakini Neema aliyaona kuwa makubwa zaidi ya uhusiano wa aina hiyo. Makubwa na yaliyojengeka katika misingi mikubwa zaidi. Ni kweli kuwa ziko nyakati ambazo alijikuta akimhitaji Joram kimwili kwa tamaa kali kuliko alivyowahi kuhitaji kitu chochote. Siku kama hizo alikesha kitandani akisali Joram atokee, amkumbatie. Ni kweli pia kuwa kuna siku ambazo aliwahi kuona tamaa hiyo ikiwaka katika macho ya Joram kwa nguvu kiasi kwamba ilitukia kama mwujiza alipofaulu kutotamka kile ambacho alitamani kutamka. Kitu ambacho jibu la Neema lisingekuwa zaidi ya "Sawa tu."

Wote walifanikiwa kuitawala miili yao. Kama alivyowahi kusema Joram: "Akili isipoutawala mwili ni sawa na gari kuacha barabara, matokeo yake hakuna asiyefahamu." Joram! Ambaye sasa ni marehemu!

Bado haikukubalika kichwani mwa Neema kuwa amekufa.

Ilimrudia akilini siku ile ambayo aliniwona Joram kwa mara ya kwanza.

Wakati huo Neema alikuwa mwandishi habari katika gazeti moja hapa nchini. Siku hiyo alipata barua kutoka kwa mtu asiyejulikana akimdokeza kuwa mtu mmoja mkubwa serikalini alikuwa amehusika katika vifo vya watu watatu ambao maiti zao ziliokotwa juzi huko Manzese. Habari hizi zilikuwa zimeishtua sana nchi. Neema akiwa mtu anayependa habari kubwa kama hizo, alijikuta kaamua kwenda kwa furaha kubwa na matumaini ya kuandika kitu kitakacholigusa kila jicho.

Ilibidi Neema ajifanye malaya ili aingie katika jumba la mkubwa huyo. Humo ndani alifanya kila mbinu hadi alipofanikiwa

49

kumzubaisha mtumishi wa mkubwa huyo ambaye bila kufahamu alieleza habari za siri. Neema alipotosheka, alipenya milango ya uwani iIi arudi zake ofisini kuwahi nafasi katika gazeti la kesho. Lakini hakufika n.bali kabla hajajikuta yuko kati ya watu wanne wenye bastola ambao walimnasa na kumpiga kichwani hadi alipopoteza fahamu. Zilipomrudia alijikuta yuko baharini, katika jahazi, mmoja wa majambazi hao kamshika kichwani mwingine miguuni wakijiandaa kumtumbukiza majini. Alilia kwa nguvu zake zote lakini majambazi hayakuonyesha dalili yoyote ya kumwooea huruma. Mmoja alikuwa akisema kwa kebehi:

"Kamlilie mama yako aliyekuzaa na huyo aliyekutuma kupeleleza mambo yasiyo kuhusu!"

"Sikieni, mimi sio mpelelezi ... " alijaribu kusema. Hakuoa aliyemsikia. Wakamwinua juu na kumchezesha bembea iIi wamtupe kwa urahisi. Neema alikoma kulia. Badala yake alifumba macho akisubiri kifo. Ni hapo lilipotokea jambo ambalo hakuna aliyelitegemea. Mtu aliibuka ghafla kutoka mahala fulani katika jahazi hilo na kuwashambulia watu hao kwa mit indo ya upiganaji ambayo Neema aliwahi kuiona katika michezo ya sinema tu. Dakika chache baadaye maadui wote walikuwa wamelala chini, wakigaagaa kwa maumivu. Mtu huyo alimwinua Neema na kumkumbatia huku akimtazama kwa tabasamu.

"Pole sana mpenzi," alitamka baadaye alipoona mshangao hauyaachi macho ya Neema.

"Umeokoa maisha yangu ... Ahsante sana," Neema alimjibu polepole, "U nani wewe?

"Naitwa Joram Kiango."

"Joram!" Neema alifoka kwa mshangao. Alikuwa aITlepata kusikia jina hila likihusishwa sana katika kuwakomoa majambazi na wahaini. Alikuwa amelisoma mara nyingi magazetini. Lakini hakupata kumtia machoni. Ndio kwanza akaona kuwa hawakukosea sana wale walioandika kuwa yu kijana rnzuri. Walichosahau ni kule kutoweka neno 'sana' katika sifa zake. Kwa kweli Neema hakutegemea kama mtu mwenye tabia zile za kupambana na maadui wengi ana kwa ana bila hofu angeweza kuwa hivi; mzuri sana, mtaratibu sana, macho yenye upole, sauti ... "Joram!" akaita tena. "Umeniokoa sijui namna ya kukushukuru."

"Huna haja," Joram alimjibu. "Ni mimi mwenye haki ya kukushukuru. Siku zote nilimshuku mkubwa yule katika yale mauaji lakini sikuwa na ushahidi. Wewe umefanya kazi nzuri Neema. Umeniwezesha kupata ushahidi mzuri. Hawa wauaji wake watazungumza ukweli mara wafikapo mahakamanJ ... "

"Ni wewe uliyeandika ile barua?" Neema aliropoka ghafla.

"Ndiyo," Joram alijibu baada ya kutabasamu. "Nadhani utaniwia radhi kwa kukufanya chambo. Nilikufahamu siku nyingi na kujua kuwa u msichana shujaa. Nilijua ungefanya vizuri, na umefanya vizuri ... vitu vyote viwili ambavyo nilivihitaji unavyo, ushujaa na uzuri..."

Neema alijikuta akimkumbatia Joram. Walitulia kwa muda na tena kwa faraja. Walipotengana Joram aliwasha mashine na kuliendesha jahazi hilo hadi pwani ambapo aliwakabidhi majambazi hao kwa polisi. Siku chache baadaye mahakama ilimhukumu "mkubwa" kitanzi na majambazi kufungwa maisha. Neema alipotoka mahakam ani alimtafuta Joram bila ya mafanikio. Ilikuwa baada ya wiki kadhaa walipokutana naye bila kutegemea. Hawakutengana tena.

Na sasa amekufa, Neema aliwaza. "Yeyote aliyemwua nitahakikisha anamfuata," alifoka kimya kimya. "Naapa."

***

Usiku ulimkuta Neema bado kaduwaa pale pale alipokuwa.

Alikuwa hajatia chochote mdomoni ingawa jirani zake walimjia mara kwa mara na kumshawishi kula. Aliinuka na kuwasha taa ya umeme. Wakati wa kulala ulipowadia, alijilaza kitandani kama kawaida na kuyafumba macho yake, lakini usingizi haukumjia. Hadi alfajiri alikuwa hajatongoa walao lepe.

Kisha mlango uligongwa na kufunguka polepole. Neema alikuwa amesahau kuufunga. Aliyeingia ni mtu ambaye Neema hakupata kumwona maishani. Mtu ambaye aliyarejesha mllwazo ya Neema katika ulimwengu wa kawaida. Dunia ya mtu kushtuka, kushangaa, kucheka na kukasirika. Mtu huyu angemfanya yeyote amtazamaye afanye lolote kati ya hayo. Neema alishangaa.

Hiyo ilitokana na umbo la mtu huyo. Neema alifahamu kuwa yu mwanamke kwa ajili ya mavazi na matiti yake man ene, ambayo badala ya kukaa kama ilivyo kawaida ya matiti katika kifua cha mwanamke, yalikuwa kama matuta yaliyolimwa pasi ya mpango maalumu katika shamba. Sura yake haikuwa na chochote kinachofaa kuitwa "uzuri". Macho yake hayakupendeza kutazama! Pua lake! MdomoL .. Neema akajikuta akitokwa na mshangao na kuingiwa na mshtuko. Mwenzetu huyu kweli aliumbika! Akawaza.

"Naitwa Unono," mgeni alijieleza akisimama kando ya kitanda.

Hakujishughulisha kujaribu kutabasamu. Wala Neema hakuona kama kitu kinachoitwa tabasamu kiliwahi kuupitia uso huo. Wala hakuona tabasamu lingewezekana kwa hali ipi. "Wewe ni Neerna ldd?" aliuliza.

"Ndiyo." Neema alimjibu.

"Unamjua Joram Kiango?"

Neema akabadilika na kuonekana mnyonge zaidi. "Wewe ni nani?" akauliza. Unono hakujishughulisha kujibu. Badala yake alisukurna swali lingine.

"Unajua kuwa amekufa?"

"Na... Najua. Wewe ni nani?" Neema alihoji.

"Huna haja ya kunifahamu. Naona dhahiri kuwa u mpenzi wake.

Au siyo?" Neema alipoche1ewa kujibu aliendelea, "Unampenda kweli?"

Mbali na ubaya wa sauti ya mwanamke huyu, na ubaya wa macho yake, Neema aliona kitu kingine pia. Naam, aliona wivu. Naam, mkabala wa mwanamke huyu ulionyesha hisi fulani, wivu.

Mwanamke huyu wa ajabu anamwonea wivu kwa Joram Kiango.

"Ni mpenzi wangu," Neema akajikuta akifoka. "Ndiyo, nampenda. Hata kwa kifo chake nitaendelea kumpenda. Wewe u nani na unahusika vipi baina yangu na mwandani wangu?"

U nona hakujibu upesi. Aliutia mkono kifuani mwake na kuutoa ukiwa umeshika picha ndogo. "Kama kweli unampenda. Kama ni kweli utaendelea kumpenda, jitahidi umjue huyu ni nani, na anaishi wapi ili leo jioni nikija hapa uniambie wapi anapatikana."

"Umeipata wapi picha hii?" Neema aliuliza baada ya kuipokea na kuitazama kidogo. "Na inahusianaje na kifo cha Joram?"

"Inahusiana... Niliipata katika mfuko wa maiti yake dakika chache baada ya kifo chake. Naamini inahusika. Pata maelezo kamili ya picha hiyo. Nikija nitakueleza lipi zaidi la kufanya." Baada ya maelezo hayo U nona aligeuka na kuondoka zake kwa mwendo wake wa kuchekesha.

Neema aliitazama tena picha hiyo. Uso wa mtu aliyekuwa katika picha hiyo ulikuwa wa mwanamume mwenye suA yenye dalili ya heri kimaisha na madaraka. Ulionekana kama ambao haukujiandaa kwa picha hiyo. Ilikuwa sura ambayo haikuonekana ngeni sana machoni mwake. Huyu anahusika vipi na kifo cha Joram? alijiuliza. Na mwanamke yule, Unono, anajua alisemalo? Kwanza amewezaje kumpata yeye (Neema) kirahisi hivyo katika jiji kubwa kama hili? Lazima kuwe na jambo hapa. Mawazo hayo yakamfanya Neema aamue kufuata maelekezo ya Unono. Kwa kuwa alikuwa msichana aliyepitia uandishi wa habari, alifahamu wapi angeweza kupata jina na habari za mtu huyu.

Muda mfupi baadaye alikuwa njiani kuelekea kituo cha mabasi.

Alipanda Uda ambalo lilimfikisha mjini. Akateremka na kuiendea ofisi yake ya awali, katika shirika moja la habari. Baada ya kupewa "pole" nyingi na rafiki zake aliomba ruhusa ya kutumia maktaba ya picha. Humo alitafuta picha ambayo ingekuwa imefanana na ile aliyokuwa nayo. Hakuipata. Alipokata tamaa aliamua kuwauliza wengine kijanja kama wanamfahamu mtu huyu.

Mtu wa kwanza kuitazama alicheka na kisha kumtazama Neema kwa mshangao. "Umeipata wapi picha hii Neema?"

"U namfahamu?" Neema aliuliza kwa matumaini.

"Wewe humfahamu huyu?" alijibiwa kwa swali lingine. "Huyu si Profesa Kimara? Kila mtu anamfahamu.'

"Kimara yupi?"

"Chain Kimara. Yule ambaye anaandika kitabu juu ya uwezekano wa kuifanya mimea ya aina ya wanga inayolimwa hapa nchini iweze kukua na kukomaa haraka katika kipindi cha nusu ya muda wake wa kawaida. Huwa anakuja hapa mara kwa mara kuendelea na utafiti wake."

Ilikuwa habari njema kwa Neema. "Anaweza kupatikana wapi?" akauliza.

"Nani anajua?" alijibiwa. "Kwani unamtakia nini Neema?" Neema alimlaghai alivyoweza. Kisha alichukua kitabu cha orodha za simu na kulitafuta jina la Kimara. Haikumchukua muda kulipata. Anuani ilieleza kuwa anapatikana mtaa wa India katika jengo la Msa;ili namba 107. Hayo Neema aliyanakili nyuma ya picha hiyo na kisha kuanza safari ya kutoka baada ya kumshukuru Mkutubi. Moyoni ali;aa furaha. Ilikuwa rahisi kuliko alivyotegemea.

Nyumbani aliketi kumsubiri yule mwanamke aliyeileta picha hiyo.

Alipoitazama saa yake aliona ni mapema mno, ingempasa kusubiri kwa masaa mengi kabla ha;atokea. Hangeweza kusubiri kwa muda mrefu kiasi hicho. Alikuwa na kiu kubwa ya kumpata mwuaji wa Joram. Huyu profesa anahusikaje? Pengine anayo fununu fulani ya haja? Hamu ya kuyapata majibu ya maswali hayo ikaushinda nguvu wajibu wake wa kumsubiri Unono kama alivyoelezwa. Badala yake aliisoma tena anuani ile akaiweka picha mezani na kisha kutoka nje kukiendea kituo cha basi.

Mara alihisi kitu fulani kikimnong'onezea aichukue bastola yake.

Akarejea ndani na kuichukua. Baada ya kuhakikisha kuwa risasi zilikuwemo aliiweka katika pochi yake na kuianza upya safari ya kuelekea mtaa wa India.

Sura ya Saba

Proper alikuwa katika chumba chake cha kujisomea aliposikia kengele ya kugongea mlango ikilia. Aliinua kichwa kwa mshangao. Hiyo ilikuwa mara yake ya awali kugongt;wa akiwa chumbani humo. Majirani zake walifanya ujirani wao wote nje. Rafiki zake "bandia" aliwakaribisha nje kabisa ya nyumba hii.

Muda mfupi kabla ya mlango kugongwa, alikuwa akimalizia kuandika mpango wake kabambe ili baadaye auhariri, na kisha kuuingiza katika mtambo maalumu ambao ungeyasafirisha maandishi hayo hadi mahali fulani katika nchi fulani huko Ulaya ya Magharibi, kwa wakubwa zake. Mpango huu alikuwa ameubuni yeye binafsi, akauhakiki na kuona kuwa lazima ungefanikiwa. Yangekuwa mafanikio makubwa ambayo yangeitetemesha Afrika na kuitisha dunia nzima. Kwa kuwa hili litakuwa pigo la aina yake, ambalo halijapata kuitukia dunia kwa muda mrefu. Pigo zito kama ilivyokuwa kwenye ile gharika ya mvua iliyoua walimwengu wote na kumnusuru Nuhu na familia yake tu. Au kama lile bomu atomic alilopiga Mwamerika ambalo liliwaua maelfu ya Wajapani kule Hiroshima. Hili lake pia, ingawa halikusudii kuteketeza nchi, lakini litafanya machozi mengi yamwagike kiasi cha kufanya lisifutike katika kurasa za matukio ya kihistoria.

Mafanikio lazima. Hakukiona kipingamizi chochote. Polisi walikuwa gizani wakitetemeka na kusubiri kwa hofu bila kufahamu wanachokisubiri. Watakapotanabahi, kazi itakuwa imekamilika. Joram; ambaye alihofiwa kama tishio, ingawa yeye Proper hakuona vipi angeweza kumletea vipingamizi, sasa yuko kuzimu. Wafu wenzake watamsimulia ilivyotukia.

Pengine tatizo lingetokana na viongozi, wake huko ughaibuni. Labda ni wao ambao wangeweza kumpinga kwa uoga wao. Lakini mpango huu ulikuwa wake binafsi, ameubuni, ameuandaa na lazima autekeleze. Imekwisha mgharimu muda na pesa nyingi, zake binafisi pindi akiuhakiki. Yeyote asingemfanya abadili nia yake. Zaidi ya hayo, hakumbuki lini waliwahi kupewa changamoto nzito kama hiyo. Kifo cha aliyekuwa Waziri Mkuu wa Zaire (Kongo) Patrice Lumumba? Kuuawa kwa Rais Nguabi? Unyama aliofanyiwa Edward Mondlane? Hapana. Yeye Proper atafanya zaidi ya hayo. Ataifanya dunia ielekeze macho na masikio hapa.

Kengele ya mlango iliita tena. Ni nani huyu? Proper alijuliza akificha vifaa vyake vyote kikamilifu. Haraka na kwa utaalamu aliuvua uso wa Proper na kujivika ule wa Profesa Chain wenye dalili zote za hekima na mshughuliko. Ni uso huo uliomlaki Neema Iddi ambaye alisimama mlangonrakijiandaa kubonyeza kengele kwa mara ya tatu.

"Karibu mama," Proper alimtaka akisimama kando kumpisha mgeni wake. Kichwani alikuwa kajawa na mshangao mkubwa. Sura nzuri ya msichana huyo haikuwa ngeni machoni mwake ingawa hakuwahi kuiona ana kwa ana kama leo. Ilikuwemo katika majalada yake. Ilikuwa sura ya Neema Katibu Mahsusi wa Joram Kiango. Amewezaje kunishuku mapema namna hii? Proper alikuwa akijiuliZa. Si kitu, alijiambia. Nilikosea sana kumsahau. Alistahili kufa kitambo. Alistahili kwenda na Joram. Maadam kajileta mwenyewe.

"Dada, karibu ndani", alimhimiza.

"Ahsante, lakini sikai. Nilitaka ... ni ... " Neema alikwama kidogo.

Uso uliokuwa mhele yake hakuona kama unahitaji kusumbuliwa kwa maswali yasiyoeleweka. Aliuona kama uso wa msomi mwenye mengi ya muhimu, ingawa macho yalikuwa na kitu zaidi ya usomi. Alijiona mpumbavu kuja hapa bila subira. Huyu haelekei kuhusika katika suala la kifo cha Joram.

"Haraka ya nini?" Proper alimkatiza akimtengenezea tabasamu ambalo lilimtoa Neema hofu. "Utaingia ndani, utakaa, unywe walao chupa moja ya bia kisha tutaanza maongezi

"Hapana, hapana,' · alimkanusha Neema. "Sitaki kuupoteza bure muda wako. Nilitaka ku ... "

Alikatizwa lena, akashikwa mkono na kuvutwa ndani kistaarabu.

Akaonyeshwa kiti ambacho aliketishwa polepole.

"Sikai sana. Samahani kwa kukupotezea muda wako. Nilitaka kuuliza kama unajua chochote juu ya Joram Kiango, " alifaulu kueleza.

"Joram! Namjua sana. Sidhani kama yupo mtu asiyemjua. Kifo chake kimenishtua sana. Alikuwa kijana wa ajabu sana." Kisha Proper alijifanya kushtuka kidogo alipouliza: "Unadhani ni kweli kafa hivi hivi tu? Mimi siamini. Nadhani wamempa sumu. Wewe waonaje?" Neema alipochelewa kujibu, Proper alijitia kugutuka tena. "Lakini wewe ni nani? Na ulitaka nikuambie nini juu ya loram?"

Neema, alijiona mjinga zaidi. Huyu msomi wa watu hajui chochote. Yaelekea yule mwanamke wa ajabuajabu, Unono, alikuwa punguani pia. Picha ya huyu mzee pengine aliiokota au kuiba mahala akaamua kuileta kwake. Haonyeshi kabisa kujua lolote la muhimu juu ya kifo cha loram.

Mara Neema akainuka na kuaga.

"Haraka hii? Proper alihoji kwa mshangao. Safari hii ulikuwa mshangao halisi. Proper alikuwa akitafuta nafasi nzuri ya kumtia Neema mikononi. lapo kiti alichokalia Neema kingemtimizia Proper kazi yake hakukusudia kuitumia njia hii. Na njia hii ingekuwa rahisi mno. Proper angekanyaga mahali fulani chini ya meza kisha voti elfu kadhaa za umeme zingepita katika kiti hicho na kumuua papo hapo. Hakufanya hivyo kwa sababu mbili. Moja, alikuwa hajafahamu msichana huyu anajua nini na anataka nini, na pia hakutaka afie hapa kwake kwani haltuwa na muda wa kusumbukia mzoga wa mtu.

"Huwezi kwenda. Unajua hujanywa chochote? Siwezi kumruhusu binti rnzuri kama wewe atoke kwangu pasi ya kuonja chochote. Vilevile, hatujazungumza."

"Samahani. Sijisikii kunywa chochote".

"Na ulichotaka kuuliza juu ya loram?"

58

"Nimebadili mawazo."

"Kwa nini?"

Huku akianza kutoka Neema alisema, "Nilikosea ... "

I Hakujua kilichompiga. Hakusikia maumivu yoyote. Alijikuta aldanguka polepole uso wa Profesa Chain ukimtazama kwa kicheko cha kebehi. Hakuwa na uwezo wa kupiga kelele japo alijaribu, akahisi fahamu zikimtoka polepole.

***

Alipoibuka kutoka katika usingizi mzito, alijikuta kalala kitandani, uchi, kando ya Proper ambaye alikuwa kamkumbatia kwa mkono mmoja wa pili ukichezea chuchu we. Ulimi wa Proper ulikuwa kinywani mwake. Neema aligutuka. Akajivuta kando kwa nguvu huku akitamka neno ambalo halikusikika kikamilifu. Latini hakufaulu kujitoa katika mikono yenye nguvu ya Proper ambayo ilizidi kumbana.

"Bado kidogo mpenzi," alisema. "Mara moja zaidi kisba utaenda zako." Sauti yake ilifuatwa na kicheko ambacho masikioni mwa Neema kilijaa kebehi.

"Nini kinatokea?" Neema alifaulu kuuliza, mshangao ukimtoka na haya kumwingia.

"Tunafanya mapenzi," Proper alijibu.

"Mapenzi!" alifoka. Kisha aliongeza ghafla, "Nitakushtaki!"

"Kwa?"

"Umeninajisi. Umenitenda pasi ya hiari. Siwezi -kuvumilia." Kicheko kingine kikamtoka Proper. "Usiwe mtoto mdogo mpenzi," alisema baadaye. "Nani atakayekuelewa? Zaidi, nani atakayekuamini? Ulivyo mrembo kila mmoja ataamini kuwa unatosha kabisa kumfanya Profesa yeyote asahau shughuli we kwa muda na kufanya nawe mapenzi. Nani atakayeitanusba niltisema kuwa jana tulikutana mitaani tukaahidiana uje leo na umefika? Au kuna yeyote aliyeniona nikikuvuta huko nje na kukuleta ndani?'

59

Hayo yalimwingia Neema. HakuuoDa uwezekano wowote wa kuifanya hatia ya mtu huyu idhihirike. Lakini alikuwa na hofu moyoni. Si hofu ya kufanya mapenzi bila kukusudia. Hofu yake ilitokana na kutofahamu kitu gani kilimfanya apoteze fahamu hata kuvuliwa mavazi na... Pia hofu ilimzidi kwa kutokuwa Da hakika yoyote yaliyotukia alipokuwa hana fahamu. llikuwa kama Ddoto ya kitambo aliyoikumbuka kwa shida. Alikumbub kama kwamba aliyenusa harufu fulani iliyomfanya atone Da fahamu. Pia, alikumbuka kuwa alimsikia mtu huyu akimhoji juu ya kifo cha Ioram Kiango, naye akiropoka kila kitu alichofahamu. Alimweleza juu ya yule mwanamke mwenye sura mbaya ambaye alileta picha yake. K.isha alikumbuka kuwa alinyweshwa kitu fulani na kuambiwa: "Hiyo itakufanya usafiri hadi aliyeo mpenzi wako Joram. Usisahau kumsalimu. " Baada ya hapo Ddipo DguO zilianza kuvuliwa. Akaletwa kitandani ambako ...

"Pamoja na hayo mpenzi," Profesa alikuwa akiendelea, "nitakulipa vyema. Sina mkono wa birika, hasa kwa binti mzuri kama wewe. Umenifanya nimsahau mke wangu aliyefariki miaki kumi iliyopita." Alisema akiushughulisha mkono wake kutambaa kutoka katika matiti ya Neema hadi tumboni mwake, ukiteleza hadi katikati ya miguu yake.

Neema aliusukuma mkono huo kando na kujiinua kwa nguvu.

"Sijapata kumwona mtu mshenzi kama wewe", alifoka kwa hasira akiyaendea mavazi yake ambayo yalikuwa juu ya kochi.

"Kwa nini mpenzi? Nipe nafasi nyingine uone nilivyo mpenzi mstaarabu. Tafadhali. Mara moja tu halafu utakwenda zako ... "

Sauti ilikuwa ya mapenzi. Ni tabasamu lake ambalo lilibeba kitu kingine kabisa. Kitu kisicho karibu na mapenzi hata kidogo: Kitu ambacho kilikuwa kinyume kabisa cha mapenzi na mahaba. Jambo ambalo lilifanya hasira zizidi kumjaa Neema. Alivaa nguo zake haraka haraka, akautwaa mfuko wake na kuanza kutoka.

"Siku yoyote nyingine ukijisikia kufanya mapenzi unakaribishwa," Proper alisema akifungua poehi lake na kutoa shilingi elfu mbili.

"Sitaki choehote kutoka kwako," Neema alifoka akitoka zake.

Alipoftka kituo cha basi alifungua pochi yake kuchungulia. Kila kitu kilikuwemo isipokuwa bastola yakel Hakujua la kufanya.

Nyumbani Neema aliketi juu ya kochi akijaribu kufikiri. Mara akaona hana nguvu za kuftkiri lolote. Alichokihitaji ni pumziko tu. Mradi akasikia usingizi mzito ukimnyemelea. Kitanda alikiona kiko mbali mno. Akajinyoosha juu ya kochi. Usingizi ukamchukua.

Ulikuwa usingizi wa aina yake. Ulimchukua moja kwa moja na kumtoa katika dunia hii na kumpeleka katika dunia nyingine. Dunia yenye kiza kizito. Dunia isiyo na hisia.

Unono alipofika alimkuta katika usingizi huo. Awali, hakufahamu kinachotukia. Akapoteza dakika kadhaa kulihusudu kwa wivu umbo la Neema ambalo lililala kifudifudi juu ya koehi. Kisha alipoteza dakika nyingine kadhaa akijaribu kumwamsha kwa kumsukasuka. Mara akaiona damu nzito ambayo ilikuwa ikimtoka mdomoni na puani, ulimi ulivyoponyoka kutoka kioywani na kuduwaa nje, upande mmoja. Akayaona macho yalivyotoka nje. Kila kitu kilitangaza mauti.

"Amekufa!" alifoka kwa hofu akiruka kando.

Kifo, Unono alikifahamu sana. Alikifahamu tangu wazazi wake wote wawili walipokufa kwa ajali ya gari akiwa na miaka mitano tu. Alikifahamu miaka minne baadaye wakati shangazi yake aliyekuwa mlezi wake wa pekee alipofariki kwa kipindupindu. Naam, alifahamu kifo na madhara yake. Lakini hakupata kuwa karibu na kifo kiasi hiki. Hakupata kumshika mtu aliyekata roho na kumsukasuka. Hivyo, alipouondoa rnkono wake juu ya mwili wa Neema, aligeuka na kuanza kutoka nje mbio, huku akipiga kelele.

Hakwenda mbali kabla haijatokea gari yenye haraka zake ambayo ilimgonga na kumwua pale pale.

Watu walioishuhudia ajali hiyo, baada ya kumwona alivyokuwa akikimbia ovyo barabarani, na kumwona alivyo, waliamini mara moja kuwa "mwenda wazimu mmoja" kagongwa na gari.

***

Miongoni mwa watu walioishuhudia ajali hii ni Proper. Kama wengine yeye pia ilimsikitisha. Tofauti ni kwamba yeye hakusikitika kwa kuona maisha ya mtu yakiteketea ghafla katika hali ya kutisha kama hivyo, lao Kwake hakuna jambo lolote lililomsisimua zaidi ya kuona mtu akikata roho. Hakuna mchezo alioupenda wala kuujua zaidi ya huo.

Alisikitika kwa kule kukosa fursa ya kuzungumza naye na kujua yote anayoyafahamu juu yake na wapi alikoipata ile picha ambayo Neema aliizungumzia wakati alipomhoji baada ya kumlevya kwa dawa zake. Aliamua kumumaliza Neema, baada ya kuona kuwa hakujua lolote lingine la haja. Ndipo akamnywesha sumu ite maalum ambayo ilikusudiwa kumuua kwa utulivll baada ya muda fulani. Kisha alimfuata kwa hila hadi hapa ambapo alijificha katika uchoehoro akimsubiri Unono. Alimwona alipoingia ndani. Akamwona alivyotoka mbio. Kabla hajaanza kumfuata, ilitokea gari hii na kumgonga kwa bahati mbaya.

Proper aliendelea kujisokomeza katika umati uliojaa hapo barabarani. Akiwa kajibadili kimavazi na kitabia, hakuwa yule Profesa Chain tena, bali mmoja wa watu kadhaa wa mitaani na hakuna yeyote angeyeweza kumshuku. Hivyo, hakuna aliyemwona akiinama na kuokota pochi ya marehemu na kwenda nayo kando ambako aliifunua na kupekuapekua ndani. Hamkuwa na chochote alichohitaji. Aliitupa chini na kupishana na umati uliokuwa ukija katika eneo la ajali akiiendea nyumba ya Neema.

Hakuna aliyemwona akiingia. Alisimama kando ya kitanda akitabasamu kwa "uzuri" wa kazi yake. Marehemu alikuwa amekufa kwa namna aliyotaka. Yeyote ambaye angeingia na kumtazama haraka haraka angemdhania yuko usingizini. Hata hivyo Proper hakuridhika kikamilifu. Akambeba na kumlaza juu ya kitanda na kumfunika shuka hadi usoni. Kisha alifanya msako wa haraka haraka. Alikuwa akiitafuta ile picha aliyoitaja Neema. Hakuiona. Akaamua kuondoka zake.

62

Mlangoni alikutana na jirani mmoja wa Neema ambaye alimtazama kwa macho yenye swali ingawa hakuuliza chochote.

"Nilikuwa mgeni wa huyu dada lakini naona arnelala," Proper alieleza.

"Amelala?" jirani huyo alihoji akichungulia ndani. Alipoona mwili wa Neema umetulia kitandani aliamini, "Naona tumwache alale. Shoga yetu kapatwa na makubwa."

Akiufaharnu umbea wa wanawake wa Dar es Salaam, Proper hakusuburi kumsikiliza. Alifanya haraka kurejea nyumbani kwake ambako aliendelea kuandaa mpango wake. Kisha aliipitia tena taarifa ambayo alikwisha iandaa kwa ajili ya kuipeperusha nje. Aliirekebisha hapa na pale, kisha akavuta mtarnbo wake wa kupeperushia habari na kuufungua. Akaanza kuusoma mpango kwa sauti arnbayo ilisikilizwa huko kwingineko. Kisha aliufunga na kusubiri muda wa majibu. Aliyahofta majibu hayo lakini hakuyajali. Maadamu alikuwa kadharniria. Lolote lisingemfanya ashindwe kuutekeleza.

Kidogo hofu ilikuwa ikimwingia kwa kuftkiria wapi yule marehemu aliyegongwa na gari aliipata picha yake na vipi picha biyo isipatikane ingawa alikuwa ameitafuta kwa makini. Kuna kitu chochote! cha kutisha kinachomnyemelea? Au iko sehemu yoyote aliyokosea katika mbinu zake? Wapi? alijiuliza.

vipi angeweza kuacha mwanya wa kupatikana kwa urahisi. Mambo mengi au yote aliyotaka yafanyike kikarnilifu alikuwa akiyafanya mwenyewe, ingawa alikuwa na watu wengi chini yake ambao wanalipwa vyema na wamekamilika kimauaji. Wote hao yeye anawafahamu lakini hakuna yeyote anayemfahamu. Yeyote anayedhani kuwa anamfahamu basi alikuwa akijidanganya kwani Proper unayeongea naye leo si Proper wa kesho. Kadhalika vifo vyote vilivyotokea alivitekeleza mwenyewe kiu6mdi zaidi ya alivyofundishwa. Alimuua Waridi kikatili, ili polisi wadhani kuwa ni mwehu mwingine ambaye anaipenda sana kari ya kuua pasi ya sababu. Joram amekufa kwa bomu! Mtu yeyote anayemfahamu ataaflki kuwa alikuwa na maadui wengi hivyo yeyote kati yao aweza kujifariji kwa kumlipua kwa bomu. Neema alikuwa msiri wa Joram! Yeyote aliyemuua Joram asingesita kumuua Neema. Zaidi, kafa kwa sumu ile ile iliyokusudiwa kumuua Joram. Katika hali kama hiyo, nani angefanya nini kumtia mkononi kwa urahisi? Polisi? Wao hawangekwenda mbali na ukweli. Joram ambaye alikuwa na uwezo wa kunusa chochote yuko kuzimu.

Hata hivyo Proper alihisi kama uovu fulani ulijiftcha kando ukimnyemelea. Kama angeipata ile picha ... Kama yule mwanamke asingepatwa na ajali ... angeweza kujisikia salama zaidi. Aliifukuza hofu hiyo kwa kujiwashia moja ya sigara zake kali, ambazo huzivuta kwa nadra sana. Kisha aliitazama saa yake. Alipoona imepungua dakika moja kl.lweza kupata majibu ya taarifa yake, aliubonyeza mtambo wake. Karatasi yenye maandishi ilitokeza. Akaichukua na kusoma .

... Utapewa iibu rasmi kesho wakati kama huu ... ilisema. Akaisoma tena na kuichana, mabaki aliyatia katika mtambo mwingine wa kusaga karatasi hata ikawa kama jivu.

Hakujua jibu rasmi lingekuwa lipi na lilimhusu vipi. Alichotuma yeye halikuwa swali wala ombi. Ilikuwa taarifa ambayo watake wasitake ingefanyika. "Wapuuzi!" aliwaza. Akawatoa akilini na kuanza kuandaa mkutano mwingine baina yake na washiriki wake. Washiriki ambao kiasi fulani hawakuwa zaidi ya mateka wake.

Sura ya Nane

Mkutano huu wa siri ulifanyika chini ya uenyekiti wa Proper. Bado alikuwa sirini, kafichika nyurna ya taa kali za umeme kwa namna ambayo iliwafanya wenzake wasimwone vizuri.

Huu, kama mkutano wa awali, ulikuwa umeitishwa kwa namna ya hadhari na siri, jambo ambalo liliwazidishia mashaka wajumbe wote. Kila mmoja alijikuta yuko mkutanoni bila ya kutaraji wala hiari.

Huyu alikuwa akipita zake mitaani, kaiacha pale gari na dereva wake. Mara alijikuta kashikwa mkono na mtu aliyekuwa akipita ghafla. Alipoutazama mkono wake aliona kadi ndogo yenye maandishi yasemayo "BAADA Y A NUSU SAA ... NJOO PALE K W A SIR!... ONYESHA KADI HII MLANGONI". Akijua nini maana ya kadi hiyo, mtu huyu alimruhusu dereva kuondo~. Kisha akatembea kuelekea nyumba hi yo ambayo nje ni nyumba ya kawaida isiyotazamika sana hali ndani ni ya aina yake. Mlangoni alipotoa kadi hiyo aliingizwa katika chumba ambacho kilikuwa na lifti iliyomsatirisha kwenda chini ambak.o alipitishwa vyumba kadhaa hadi chumbani humu.

Na huyu alikuwa kastarehe na mkewe nyumbani kwake. Alipoinuka kwenda maliwatoni aliuona mkono wa mtu ukiingia kupitia dirishani ukiwa umeshikilia kadi hiyo iliyosema "BAADA Y A NUSU SAA ... Alipokea na kumuaga mkewe kuwa anarudi kazini. Nje aligeuza safari na kuelekea kwenye nyumba ile.

Mwingine alikuwa kazini. Simu ilipigwa ghafla ikimwarifu kuwa ana mgeni anayemsubiri katika mkahawa mtaa wa pili. "Mgeni" huyo alimpa kadi iliyomwalika hapo ambapo sasa walikutanika wakimsubiri Mwenyekiti kuufungua mkutano.

"Tungeanza kwa kukumbushana kuwa Joram ambaye mlimwona kama tishio sasa ni marehemu. Yuko kuzimu. Nadhani hiyo ni habari njema. Au? .. " aliuliza.

"Nadhani ni njema," mmoja aiijibu. "Ingawa kifo chake hakikuwa kizuri sana. Watu wanashuku kuwa alipewa sumu. Nadhani hawatasita kuendelea na uchunguzi."

"Hakuna watakalogundua", Mwenyekiti alimjibu. Kisha aiiongeza akicheka. "Ningependa pia kuichukua fursa hii kwa kukufahamisheni kuwa hakufa kwa sumu. Walipanga hila ili watulaghai tu baada ya kunusurika kwake. Nililazimika kumuua kwa bomu."

Ilikuwa habari ngeni kwa wajumbe. "Si lazima watazidisha mash aka? N azungumzia polisi. Walipoona amepona kwa sumu na hatimaye kuuawa kwa bomu nadhani watakuwa macho, wakipeleleza kwa makini hadi ... " akasita baada ya kuona kuwa amezungumza mengi zaidi ya inavyomstahili.

"Hadi nini?" Mwenyekiti aiihoji. "Hakuna lolote watakalogundua.

Watakuwa wakibabaika tu kama mfamaji asiye na msaada wowote. Hawatafahamu iwapo ubaya utatoka mashariki au magharibi. Hawatajua ni kitu gani kinatokea. Watakapofahamu, mambo yatakuwa yamekamilika. Watakachofanya ni kuteremsha bendera ;wte nusu mlingoti na kuanza maombolezo ambayo hayajawahi kutokea katika historia. "

Wajumbe waliduwaa. Mioyo yao ilidunda kwa hofu. Ingawaje walikuwepo mkutanoni kama washiriki kamili katika njama hii, hawakuelewa barabara kilichokusudiwa. Tamaa! Tamaa ya pesa nyingi zaidi, madaraka makubwa zaidi, ndio vitu vilivyowafanya waupende mkutano huu. Lakini hayo hayakuwafanya watokwe na mashaka. Hawakuiua kama mambo yalikuwa heri alivyodai mwenyekiti wao, au shari kama mioyo yao ilivyokuwa ikinong'ona. Hasa mashaka hayo yalitokana na kuteuliwa kwao. Hakuna aliyeufahamu wajibu wake. Hakuna aliyekuwa na fununu kwa nini akateuliwa yeye. Ni kweli kuwa walikuwa watu wenye nafasi nzito serikalini na chamani. Ni kweli pia kuwa wote walikuwa pamoja kwa nafsi zao: wote wangependa pesa zaidi na cheo zaidi. Lakini

66

umoja huo haukuwafanya washindwe kujiuliza vipi mtu huyu aiiyejificha nyuma ya nuru, mbele yao, aliweza kuisoma mioyo yao, hata akawateua katika jumuia hii. Vipi aliweza, japo katika nchi na katika ulimwengu mzima? Watu wenye njaa kama zao ni wengi mno, endapo si wote. Sheria na katiba zisingekuwepo, kulinda haki na usawa, ingedhihirika jinsi gani wengi walivyo na tamaa na kiu hicho.

Ingawa kuna sheria zinazotisha, pamoja na katiba zinazoadili, wengi wanakiuka kwa siri na kuililia nafasi ya kufanya mengi kinyume cha mwelekeo. Wako wachache walio "jaliwa" wakafaulu kufanya mengi kwa siri hali ni wao ambao huongoza na kuilinda katiba na sheria. Baadhi ya watu hao ni hawa ambao sasa hivi walikuwa mbele ya Proper wakimsikiliza kwa hofu. Walikuwa na mengi ambayo waliamini ni siri zao binafsi, na wasingependa jamii iyafahamu. Hata hivyo, tamaa hiyo haikuwa kubwa kiasi cha kuwafanya wafurahie kushirikiana na mtu huyo wasiyemfahamu na anayekusudia kufanya jambo la kutisha wasilolifahamu ati kwa ahadi ya pesa zaidi na vyeo zaidi.

"Unakusudia kufanya nini?" Mmoja wao alifoka ghafla. "Ndiyo ... Tuambie ni kitu gani unataka kufanya," mwingine aliunga mkono.

Proper, kama ambaye alikuwa akiyasoma mawazo yao kitambo, alicheka kidogo, kisha akawaambia: "Sikieni. Kazi iliyoko mbele yenu ni ndogo kuliko kazi zote mlizowahi kufanya ... Hamna haja ya kuwa na hofu yoyote."

Alipoona wametulia kumsikiliza aliongeza: "Nimepata fununu kuwa karibuni utafanyika mkutano wa viongozi mbalimbali wa nchi za mstari wa mbele kujadili uhuru wa Namibia. Viongozi mbalimbali wa nchi za Afrika wenye msimamo wanaouita wa kimapinduzi wamealikwa pia. Nitakachohitaji kwenu ni ratiba kamili ya mkutano huo, wapi kiongozi fulani atalala, wapi atakula, jumba lipi watakutania na kadhalika. Nataka taarifa kamili, ya siri, si ile ambayo hutangazwa katika magazeti yanayouzwa shilingi mbili. Kulingana na nafasi zenu, najua kazi hiyo ni ndogo mno. Yatakayofuata niachieni mimi."

"Nini kitafuata?" mtu mmoja aliropoka.

"Mara ngapi nikuambie kuwa bendera kadhaa kwa siku kadhaa katika nchi kadha wa kadha zitapepea nusu mlingoti? Nataka kitu fulani ambacho hakijatokea wala kufanyika kifanyike. Kitu ambacho hakijafikirika. Kitu ambacho historia haitakisahau. Kwa muda mrefu amekufa kiongozi mmoja. Safari hii nataka wafe wengi pamoja. Huenda wakafa wote pamoja juu ya meza zao. Huenda wataanguka mmoja baada ya mwingine pindi wakiagana. Kwa kweli litakuwa jambo la kufurahisha sana ... "

"Kufurahisha!" mmoja aliropoka akifoka. "Kufurahisha!" alirudia tena. "Sikuwa na hakika. Sasa nimeamini kuwa una wazimu. Hata hivyo, wazimu wako unakudanganya sana kukutuma udhani kuwa mimi naweza kushiriki kuinua mkono wangu katika kuwaangamiza watu hao ambao licha ya kwamba, hawana hatia, wanajitesa kutwa kucha kusaidia wanyonge wanaonyimwa haki zao?"

Mtu huyo ambaye sa sa alikuwa wima, akitetemeka na kutokwa na jasho alisita akiwatazama wenzake. Alipoona wote wana dalili za \tumwunga mkono aliongeza, "Huna budi kulionea aibu wazo lako la kipumbavu ... "

"Keti!" Proper alimwamuru. "Hujui unalosema. Maneno yako yamejaa ndoto au nyimbo ambazo hao unaowaita viongozi, sijui watetezi wa wanyonge gani, wamekuwa wakizijaza katika vichwa vyenu. Nani anayemtetea nani katika dunia hii? Mnyonge hujitetea mwenyewe. Wale wanachofanya ni kutetea matumbo, maisha na vyeo vyao tu kwa visingizio vingi. Wamehitimu katika taaluma ya kusema neno zuri na kila ahadi tamu kiasi cha kuwafanya waonekane kama miungu ambayo binadamu wanaitegemea!"

"Hata hivyo", mjumbe huyo alidakia, "siwezi kushiriki katika "kuangamiza damu zisizo na hatia."

"Bado hujui usemalo," Proper alimjibu. "Naweza kuwa.mwema kukukaribisheni katika mpango huu ambao utayabadili maisha yenu

68

kuwa yenye heri kwa utajiri mkubwa. Lakini siwezi kuwa mpole kiasi cha kuacha mpango huu ambao nimeuandaa kwa miaka mingi uharibike kwa ajili ya uoga na ujinga wa yeyote kati yenu. Nadhani mmenielewa. "

Akasita iii kuzipa nafasi fikra zao ziupate ujum'be uliokuwepo katika maelezo yake

Ulikuwa ujumbe wa kutisha. Yangefuata maafa na ukatili mkubwa kwao au yeyote ambaye angethubutu kukanusha au kutoa siri hii. Ukweli huo uliwatia wajumbe hofu hat a wakatazamana kwa dalili za kukata tamaa.

Kama anayeyasoma mawazo yao, Proper aliongeza kwa sauti ile ile ambayo japo haikuwa kali, wala yenye hasira, lakini iliubeba ujumbe kamili; alidhamiria kutenda yote aliyotishia. "Najua ya kwamba majalada yenu kazini hayaonyeshi doa lolote. Na raia wengi nchini wanayo picha safi sana juu yenu. Picha iliyowawezesha kuchaguliwa kushika sehemu muhimu za uongozi. Lakini kuna upande wa pili wa picha hizo. Upande wenye kila aina ya uovu, ukatili, na kukiuka utaratibu wa nchi. Ninyi mnadhani upande huo wa pili ni siri zenu binafsi ambazo hakuna anayefahamu. Kwa bahati mbaya au nzuri, mimi nafahamu kila kitu. Namfahamu kila mmoja wenu vilivyo. Na ninao ushahidi mzuri ambao ukiwekwa hadharani, utayafanya majina yenu yanuke kama takataka."

Wajumbe walizidi kuchanganyikiwa. Ndio kwanza wakaifahamu "bahati" iliyowafanya wateuliwe katika kundi, hili. Mtu huyu aliwateua baada ya kuwapele1eza kwa muda mrefu na kuwaweka katika kona ambayo wasingeweza kujitoa. Wakaanza kutapatapa, kila mmoja akijiuliza mangapi yanafahamika kuhusu vitendo vyake vya siri.

Kuna yule ambaye kabla hajaingia bungeni aliwahi kuwa mfanya magendo ya madini na bangi ambayo iliuzWa nje ya nchi. Hadi leo bado biashara hiyo inaendelea na ndiyo anayoitegemea kiuchumi. Tayari imemfanya ajenge nyumba huko ughaibuni na kufungua kiwanda hap a nchini kwa jina la mtu mwingine. Hayo kumbe yanafahamika!

Mwingine ni yule ambaye huuza siri kwa mashirika ya kijasusi huko nje ya nchi. Wao humlipa pesa nyingi sana na wamemwahidi hifadhi ya kisiasa endapo lolote lingetukia. Mambo haya yakienda kwa siri sana, hakujua kabisa kuwa yangeweza kufahamika. Kumbe ...

Na kuna huyu ambaye alishiriki katika kuandaa kifo cha mgombeaji mwenzake katika uchaguzi wao. Kadhalika, alikuwa kiungo muhimu katika kufanikisha kifo cha kiongozi shupavu ambaye alionekana kuwa kauawa na majahili wa nje. Kitendo ambacho kilimpatia pesa za kutosha. Kama yote hayo yanajulikana!. .. Kama kun; ushahidi! ...

Kila mmoja alijikuta katika nafasi ngumu mno kwa maisha yake ya baadaye. Baada ya kutazamana tena, na kila mmoja kuona hofu katika macho ya mwenzie, waliyarudisha macho yao kwa Proper kwa namna iliyosihi. Kukiwa hakuna jambo ambalo alihitaji zaidi ya hilo, Proper aliongeza:

"Labda yuko ambaye haogopi aibu. Ambaye yuko tayari nitoe ushahidi huo. Au kuna mwingine ambaye anabuni mbinu ya kutoroka, akajifiche mbali. Ndoto kama hizo ningeshauri mzitondoe akilini. Ingawa sioni fahari kusema haya lakini sina budi kukufahamisheni kuwa hatua tuliofikia katika suala hili ni ndefu mno. Hivyo yeyote atakayekiuka kwa njia yoyote afahamu kuwa hatafika mbali. Kifo kitakuwa kando kikimsubiri. Wala hatajua kapigwa na nini. Atakayenusurika ni yule mwenye uwezo wa kutoroka bila roho yake tu."

Hofµ ilizidi kutawala mioyo ya wajumbe hao. Tamaa na matumaini yao yote ya utajiri zaidi na vyeo zaidi ikaanza kudidirnia. Walio waoga walijiona kama ambao tayari wako safarini kue1ekea kuzimu. Mashujaa kiasi waliduwaa tu. Wale ambao wana mioyo migumu zaidi walimtazama "Kwame" kwa namna ya kupima uwezekano wa kifo chake yeye kabla na badala yao.

Kama ayasomaye mawazo yao Proper alisema: "Naona. Wako wanaodhani kuwa nastahili kufa," akacheka kidogo. "Hilo ni wazo la kipuuzi kuliko yote. Mimi ni mtu ambaye hafi kwa urahisi. Na kabla hujaniua, utakufa wewe, bila ya kujua kitu gani kimekupiga." Akacheka tena kabla ya kuongeza, "Pamoja na hayo ndugu zangu, mawazo yote ya nini? Maelezo yangu yote niliyokupeni hayakuwa ya kuwatisha isipokuwa kuwaonyesheni tu hali halisi ilivyo. Nina hakika hakuna baya lolote litakalotokea kusababisha hali hiyo. Bado naomba tusiogopane. Tuwe marafiki na tutimize wajibu wetu vyema. Tusisahau kuwa mpango huu una utajiri ambao wengi wenu hamjawahi kuugusa na vyeo ambavyo msingeweza kuvikalia."

"Wala msihofu kuwa utawala wenu utakuwa wa kidikteta hata muwe kama maadui wa wananchi wenyewe. Mbil'lu zitafanyika mara tu baada ya vifo vya wakubwa wachache ili majina yenu yazibe mapengo hayo. Sifa zenu zitaimbwa redioni na kutangazwa magazetini, vikao vyote vya chama havitauona ubovu wenu, hata raia watawapenda na kuwategemea. Mmoja wenu atakuwa Rais. Ni kazi ndogo sana. Itakuwa kama ndoto tu, mradi kila mmoja atimize jukumu dogo lililoko mbele yake."

Ingawa sauti ilikuwa kama isemayo kweli, wajumbe waliona kama inayowadhihaki.

Kutoka hapo Proper aliharakisha kukiendea chumba ambacho kilikuwa na mtambo wake wa kupeperushiahabari. Alipofika, alitazama saa yake na kusubiri dakika kadhaa, kisha alibonyeza hapa na pale. Mara ikatoka karatasi iliyokuwa na maandishi yaliyosema:

Ua limechanua bustanini Iafaa kuchumwa.

Proper alielewa maana ya ujumbe huo. Ilikuwa lugha ya siri ambayo ilikuwa imemfahamisha kuwa kulikuwa' na mzigo wake mahala pao pa siri.

Mahala hapo ni katika chumba chake cha pili cha nyumba yake nyingine, mtaa fulani. Katika kona moja ya chumba hicho, lipo kasha la takataka ambalo haliwezi kuvutia macho. Humo huwekwa ujumbe wa hatari zaidi au mahitaji mengine kama silaha, madawa

71

na kadhalika. Yote yale ambayo viongozi wake wa nje huhofia kupeperusha katika mtambo wao kwa hofu ya kunaswa na mitambo ya adui, huletwa hapa, naye huarifiwa.

Lililomtoa jasho Proper ni kutomjua mtu huyu ambaye Makao Makuu walikuwa wakimtumia kuleta habari hizo. Kwa mujibu wa madaraka yake, ni yeye aliyekuwa mkuu wa mambo yote ya kijasusi katika kanda hii. Watu wote walikuwa chini yake. Wala hakufahamu wakati ga':li anafanya shughuli zake. Proper alikuwa na hamu kubwa ya kumfahamu. Aliwahi kukiuka utaratibu na kuanza kuendesha upelelezi iIi amfahamu. Lakini alishangaa alipopewa onyo kali kutoka Makao Makuu'kwa kitendo hicho. Ikamlazimu kutii, ingawa shingo upande.

Kwa hivyo, alipokuwa akiendea ujumbe huo, alikuwa mtu mwenye mashaka niashaka hasa alipozingatia kuwa ujumbe aliotuma haukuhitaji jibu refu zaidi ya "ndiyo" au "hapana". Alipofika chumbani humo, katika sura ya jina tofauti, alijifungia na kuliendea kasha hilo. Alipekua taka chache za karatasi kabla hajaifikia bahasha pana ambayo iliandikwa herufi moja tu juu "P.'" Akaitatua kwa uangalifu. Alishangazwa na harufu tamu ya poda au manukato ambayo ilitoka katika bahasha hiyo. Kwa jinsi alivyokuwa na haraka ,ya kufahamu jibu la pendekezo lake, hakusita kujiuliza maana na dhamira ya harufu hiyo tamu. Alichofanya ni kuanza kuisoma.

" Ajent 034/x/p
Tumeipokea taarifa yako na kuipitia kwa makini. Tumeshangazwa sana na wazo Iako la kinyama. Inaonyesha hujui kwa nini uko hapo. Tumekuweka hapo si kwa kutenda ukatili kwa kujifurahisha bali mara tu inapobidi katika kulinda maslahi yetu kiuchumi na kisiasa.

Wazo lako ni la hatari kwani linakusudia kumwaga damu nyingi kuliko inavyostahi, jambo ambalo litafanya, ukweli utakapodhihirika, tuonekane wakatili mno. Kadhalika, kati ya hao unaokusudia kuteketeza hujui kama tunao watu wetu tunaowategemea ingawa hadharani tunawaruhusu wajifanye wanatulaani na kutulaumu.

72

Kuondoka kwao madarakani kuna hatan' ya kuja watu wapya ambao huenda tukashindwa kuwamiliki. Kwa muda mrefu tumevumi/ia vitendo vyako ambayo vimekuwa haviambatani na wajibu wako. Umekuwa ukiutumia wadhifa tuliokupa kuufanji mayo wako wenye kiu ya kumwaga damu. Safari hii umevuka kiwango. Ofisi hii imeshindwa kustahimili zaidi. Pamoja na kukuonya uondoe ndoto za kipuuzi kama hizo, tunakutaka uichukulie barua hii kama taanfa ya kukupokonya madaraka yoteuliyokuwa nayo. Uhuru ... "

Alipofikia hapo, Proper aliruka kando ghafla na kugeuka nyuma akitazama kila upande, bastola yake mkononi tayari. Hakuona chochote. Alikuwa peke yake chumbani. Hakuamini. Akaanza msako wa kuchungulia hapa na pale, bastola ikimtangulia. Ingawa hakuona mtu wala kitu hofu ilimpanda. Ajuavyo yeye, barua hiyo ya kumnyang'anya wadhifa ilikuwa pia ikimhukumu adhabu ya kifo. Akiwa mtu ajuaye mengi ya hatari sana asingeweza. kuruhusiwa kuwa "huru" kwa urahisi kiasi hicho. Aliyoyaamini yeye ni kuwa, yeyote aliyeileta barua hiyo alikuwa pia na jukumu la kumuua. Wala asingemruhusu kuishi kwa muda wa dakika nyingi baada ya kupewa taarifa hiyo. Lakini mbona yuko peke yake? Nani ambaye angemuua? Na ni lini? alijiuliza akiendelea na uchunguzi wake kwa hadhari!

Haikuwepo dalili yoyote ya uovu.

Hakuona dalili yoyote ya hatari.

Mara alijiona mzito zaidi kuliko kawaida. Kichwa chake pia kilimlemea ghafla na macho yake yakaelekea kushindwa kutimiza wajibu. Aliyasikia maungo' yote yakianza kulainika. Aliona kama kwamba angeanguka sakafuni. Ndipo alipoelewa mwisho wake ulivyopangwa. Ile harufu tamu aliyoinusa katika bahasha aliyokuwa nayo mkononi, haikukusudiwa kumburudisha. Ilikuwa sumu kali yenye jukumu la kumuua. Sumu ambayo ilikuwa ikitimiza wajibu wake. Akasonya kwa kutowaza hilo tangu awali.

Proper hangekubali kufa kwa rnkono wa mwanamume mwenzake.

Hilo, hakutazamia na hangeliruhusu litendeke - Proper mbezi na mwenye kiburi kikubwa. Alijikongoja kuitafuta bastola yake. Akaielekeza kifuani tayari kuifyatua. Kisha alikumbuka kuwa sumu iliyokuwa ikikaribia kumuua haikuwa ngeni kwake. Alikuwa ameisoma katika vitabu vya kemia vya kijasusi na kufahamu kuwa ilikuwa imegunduliwa siku chache zilizopita. Sumu hii iliitwa cryc/ ne, na ingeweza kumuua mwanadamu kwa dakika chache sana. Hata hivyo, alikumbuka pia kuwa, dawa pekee ya sumu hiyo ni maji. Aliirejesha bastola yake kibindoni na kujikongoja haraka haraka kuelekea bafuni. Alijaza maji besini la kuogea na kujitumbukiza ndani yake. Akahakikisha pia, maji mengi yanaingia tumboni mwake. Baada ya muda, alijisikia akirudiwa na uwezo wake kimwili na kifikra. Akajichopoa kutoka majini na kuvaa mavazi yake.

Hasira kali zilikuwa zikitambaa kichwani mwake. Hasira dhidi ya yule aliyepitisha uamuzi wa kumwangamiza. Na hasa, has ira dhidi ya huyu aliyepokea amri hii ya kumuua bila ya kukumbuka ni nani kakusudiwa kuangamizwa. Aliukumbuka mchango wake kwa shirika hili ambalo lilimtuma hapa nchini. Mchango ambao kila mara huhatarisha roho yake. Alistahili medali sio kifo.

Proper si mtu wa kustahimili uonevu kama huo. Aliamua kulipiza kisasi. Na hakuiona njia nyingine ya kulipiza zaidi ya kuendeleza mpango wake kama alivyoupanga, ili wajue kuwa hana mzaha. Na huyualiyethubutu kumtegea sumu? Lazima afe, alijiambia. Maadamu wamekwisha mhukumu kifo sasa walikuwa maadui zake. Haikuwepo haja ya kuwasamehe. Kuhusu ul'alama wake binafsi, alijua angefanya nini. Mara baada ya kufanikisha mpango wake huu, angetoweka na kwenda mbali ambako angeanza maisha mapya. Kweli, mkono wa majasusi ni mrefu fla unatambaa kila upande wa dunia, lakini usingemgusa yeye. Alijua wapi angejificha na vipi angejigeuza kuwa mtu mwingine kabisa. Hii dunia ya pesa, naye alikuwa nazo za kutosha, asingeshindwa kuzitumia zimgeuze kuwa mtu mwingine. Ikibidi atajigeuza kuwa mwanamke kabisa. Wazo hilo likamfanya atabasamu.

Alikuwa na hakika kuwa huyu aliyetega sumu hii lazima angekuja kutazama matokeo ya kazi yake, pamoja na kuchukua maiti iii aifiche kokote alikopanga. Akaamua kumsubiri mtu huyo kwa namna aliyotaka yeye. Alijifanya maiti aliyefia juu ya kochi, mkono mmoja na kichwa vikining'inia. Mkono wake wa pili ulikuwa umeshika bastola kwa uficho kiasi kwamba yeyote ambaye angeingia asingeweza kuiona wala kushuku.

Mtu huyu aliyekuwa akisubiriwa aliingia kimyakimya kama kivuli. Ilikuwa baada ya dakika kadha wa kadha kupita bila ya lolote kutukia. Ndipo Proper aliposhtukia mkono ukitua juu ya kifua chake kupima iwapo moyo ulikuwa ukifanya kazi. Hakujua mtu huyo alikuwa ametokea wapi. Wala hakuwa na haja ya kutazama kuwa ni nani. Aliinua mkono wake wenye bastola na kafyatua risasi tatu za mfululizo. Mwili wa mtu huyo ukamwangukia kitini huku akitapatapa. Proper alipoinuka na kumtazama hakuweza kumtambua. Uso mzima ulikuwa umefumuliwa na risasi kiasi cha kuacha nyamanyama zenye damu ambazo hata mama yake aliyemzaa, asingemtambua. Kiwiliwili kilikuwa salama. Kilikuwa kiwiliwili cha mzungu aliyefunikwa na mavazi ambayo kidogo yalimshtua Proper. Yalikuwa mavazi ya kipadri. Proper aliutia mkoni wake katika moja ya mifuko mingi ya vazi hilo na kutoa kijimsalaba ambacho kilikuwa na maandishi yasemayo "Father Peter Jamaa." Amemuua Padri! Proper alishangaa. Kumbe ni Padri huyu ambaye siku zote alikuwa sirini baina yake na Makao Makuu! Na asafiri salama huko peponi.

***

Masaa matatu baadaye Proper alikuwa katika Uwanja wa kimataifa wa Dar es Salaam akisoma ratiba ya safari za ndege. Mkononi alishika begi lake jeusi ambalo lilikuwa na vifaa muhimu tu. Begi hili lilikuwa na mifuko ya siri ambayo wakaguzi wasingeweza kuifikia. Mifuko hii ya siri ilihifadhi silaha zake na pesa za kutosha.

Hakujua alikotaka kwenda. Alichojua ni kwamba ilimlazimu kuondoka kwa muda iii kuwababaisha waajiri wake ambao bila ya shaka wangeanza kumwinda kwa hasira kali zaidi. Vilevile, kuondoka kwake kungempa fursa ya kusubiri siku aliyoihitaji iii aachie lile pigo lake la mwisho.

Kama kawaida, ndege za ATC zilikuwa zimejaa. Lakini baada ya dakika ishirini, ingewasili ndege ya AEROFLOT itokayo Nairobi ikielekea Bujumbura kupitia Mwanza ambayo ingekuwa na nafasi. Proper alikata tiketi ya Mwanza na kuisubiri.

Ilipowasili, alikuwa abiria wa kwanza kuingia.

Sura ya Tisa

Kwa Inspekta aliyekuwa kavurugika kichwa kiasi cha kuchanganyikiwa kama alivyokuwa, simu hii ilikuwa kama iliyokusudiwa kumtia kichaa.

Alikuwa katika ofisi yake, juu ya kiti ambacho hakikukalika, mara kwa mara akipiga hatua kuelekea dirishani ambako alisimama akichungulia kama kwamba alitegemea wakati wpwote kuona uovu aliokuwa akiutarajia kutokea. Uovu ambao hakuujua, ingawa hakuwa na shaka kuwa ungekuwa wa kutisha kuliko mengi yaliyokwisha tokea.

Lolote lingeweza kutokea, aliamini Inspekta Kombora. Dunia hii iliyojaa waovu, nchini humu wakiwemo wa kutosha. Wako watu wenye mioyo ambayo husherehekea kitendo chochote cha unyama. Watu ambao hutabasamu waonapo maafa na kushangilia washuhudiapo mauaji. Watu kama hao si wachache. Si kuna yule aliyediriki kuitia moto Benki Kuu? Bila yakujali wala kujiuliza kuwa nchi na wananchi wangetukiwa na nini baada ya pesa zote za hapa na za kigeni kuteketea! Si wako wale ambao wamepanga kuwaua viongozi ambao wamechaguliwa na wananchi? Naam, waovu wapo, na si haba.

Lakini hawa wanataka nini?

Ni swali hilo ambalo lilikuwa limezidi kuneemeka katika kichwa chake na hasa lilimtesa zaidi ya hofu yenyewe. Swali hilo ambalo lilianza kumsumbua tangu watu hawa wasiojulikana walipoanza kumfanyia njama Joram na hata kufanikiwa kumuua! Isitoshe, hawa waovu wamemuua Neema, katibu wa Joram! Swahili liliongezeka nguvu na kutisha zaidi mara alipopokea habari za kifo cha Neema katibu wa Joram! Ingawa kilionekana kama kifo cha-kawaida machoni mwa watu wa kawaida, lakini Kombora aliamini kuwa yalikuwa mauaji. Na hospitali ilimthibitishia hivyo baada ya kugunduliwa kwa sumu kali mwilini mwake. Sumu ile ile iliyokuwa kategewa Joram.

Watu hawa wasiojulikana, walikuwa wamekwepa mbinu zote za upelelezi. Kufikia sasa, hakukuwepo na fununu yoyote. Wala haikuwepo hakika kama alikuwa mtu mmoja au kikundi kilichokuwa kikifanya haya. Kifo cha yule malaya mzuri, Waridi; kifo cha Joram, kifo cha Neema ... kifo, kifo kipi kingefuata? Na ni vifo tu au pamoja na ... pamoja na nini? .. Aliendelea kutaabika kima wazo. Ni mawazo hayo yaliyomzidishia hofu na mashaka mengi kichwani.

Haya, na sasa simu hii isiyoeleweka inachohitaji! Kombora alikitazama chombo cha kusikilizia kwa hasira: Kisha alinguruma tena kwa nguvu zaidi.

"Unasemaje wewe?"

"Mbona mkali hivyo Inspekta. Hutaki kupata salamu zako?" Kombora alikumbuka sauti hiyo. Haikuwa ngeni masikioni mwake. Hata hivyo, alishilldwa kukumbuka mwenye sauti hiyo moja kwa moja. Sauti hiyo ilionyesha dalili za dhamira maalum. Kombora alishindwa kuikata simu hiyo kama alivyokusudia awali. Badala yake aliuliza.

"Salamu! Salamu toka wapi?" "Kuzimu"

"Nini?"

Kicheko kikasikikakutoka up an de wa pili: "Mbona unashtuka Inspekta? Si kuna rafIki yako aliyekwenda huko hivi karibuni? Anaitwa J oram Kiango. Au' umemsahau mara hii?"

Sekunde chache zilizofuata Kombora alikuwa akisikiliza kwa makini zaidi. Dakika chache baadaye tayari alikuwa ndani ya gari yake, bastola kibindoni, akimwelekeza dereva wapi apelekwe, kama alivyokuwa kaelekezwa katika simu.

Mara alitokea mmoja wa wasaidizi wake ambaye baada ya kupiga saluti alisema, "Mzee, kuna tatizo jipya limetokea." Kombora alimjibu kwa kumkazia macho askari huyo. Hivyo akaongeza haraka haraka. "F:Jther mmoja ametoweka tangu jana."

"Ametoweka!" Kombora alifoka."Mmekwisha mtafuta katika

78

makanisa yote?"

"Kila mahali. .. "

"Katazameni hata makaburini. Nasikia huwa anaenda huko kuombea watu."

"Tumetazama huko pia lakini ... "

Kombora akataka aongeze kwa ukali. "Nenda hata katika majumba ya wanawake malaya. Nasikia wengine wana mahawara." Lakini hila hakulitamka kwa kuchelea kuonekana mhuni mbele ya "vijana" wake. Badala yake alisema, "Sikia. Nina haraka sana, nitarejea baadaye. Kwani kitu gani hasa kinawatia wasiwasi kwa mtu kutoweka usiku mmoja tu? Watu si hupotea hata kwa wiki na wakarudi salama?"

"Damu."

"Damu?" Kombora alihoji kwa mshangao.

"Nguo alizokuwa kavaa zimeokotwa mitaani. Na zilikuwa na damu."

"My God!" Kombora alinong'ona akiingia katika gari na kumwachilia dereva atie moto.

***

Wajumbe wote walikuwa wamehudhuria mkutano huu, ingawa kiasi hawakuuona kama wa kawaida. Kwanza, hawakutegemea kama ungeweza kufanyika mapema kiasi hicho na kisha njia zilizotumika kuuitishahazikuzingatia usalama wa hali ya juu kama walivyozowea. Safari hii kila mmoja alikuwa amepata kadi kwa njia ya posta 'express' ikiwa na ujumbe mfupi ambao kila mmoja aliuelewa ukisema: "LEO SAA MBIU PALE PALE."

Kila mmoja alikuwa kaja shingo upande. Hofu ikiwa tele moyoni pamoja na hasira dhidi ya "Mwenyekiti." 'Mwenyekiti' ambaye alikwisha wafanya kama mateka au watumwa wake. Ahadi zake za utajiri na vyeo vilikuwa na ladha ya uchachu mdomoni. Hawakuwa na hila ya kumwepuka. Haikuwepo njia nyepesi, hasa walipokumbuka

79

mauaji ya kinyama ambayo mtu huyu alikuwa akiyaendesha bila ya serikali kumshuku. Zaidi, wasingeweza kusahau maneno yake aliyowaambia katika mkutano wa mwisho akisema: "KIlo kitakuwa kanda kikikusubiri ... " na "Hutajua kitu gani kimekupiga." Hivyo walimtii na kuja mkutanoni. Na waliketi kwa· utulivu kumsubiri afungue mkutano baada ya kumkuta katulia nyuma ya meza yake, juu ya kiti na, kama ilivyo kawaida, nurn ya taa ikiwamulika macho hata wasiweze kumwona kikamilifu, na kumfanya yeye awaone vyema zaidi.

"Nadhani hatukutegemea mkutano huu ndugu Mwenyekiti," Mjumbe mmoja aliinuka na kuropoka ghafla. "Umeuitisha kinvume cha kanuni iliyowekwa na haukuwa na usalama. Bila shaka lipo jipya lililokulazimisha kuuitisha. Pengine ingefaa uanze kutueleza mapema ili tuweze kuondoka mahala hapa."

"Ni kweli," Sauti mbili tatu ziliunga mkono.

"Ni kweli kabisa," Mwenyekiti alisikika akiunga mkono. "Lakini ningeomba tufanye subira. kidogo. Yuko mgeni mmoja ambaye amealikwa kama msikilizaji tu wa kikao hiki."

Sauti yake ilikuwa ngeni masikioni mwao. Haikuwa ile ambayo waliizowea. Ikawafanya washangae. Mmoja wao hakuwa amevutiwa na sauti hiyo. Yeye kilichomshangaza zaidi ni madai ya Mwenyekiti.

"Mgeni?" aliuliza kwa sauti ya juu kidogo. "Nadhani tulikubaliana kitambo kuwa suala hili ni siri kubwa baina yetu tuliopo hapa tu. Vipi tena mambo ya kuleta wageni wengine?"

Mwenyekiti alikohoa kidogo kabla hajamjibu mjumbe huyo kwa kusema, "Nchi hii ni kubwa sana ndugu zangu. Tulioko hapa hatuwezi kuifaidi peke yetu ~ Lazirna tuwakaribishe baadhi yao vilevile. Mmoja wao ni huyo ambaye atafika hapa karibuni," alimaliza kwa kuitazama saa yake.

Sasa ilikuwa dhahiri kuwa sauti hii ilikuwa ngeni kabisa masikioni mwao. Baada ya juhudi zao za kumtazama kutozaa matunda kwa sababu ya nuru iliyotengwa, waligeuka na kutazamana kwa mshangao. Mwenyekiti akiusoma mshangao wao, alisikika akiangua kicheko. Kicheko ambacho kilitofautiana kabisa na kile cha kikatili walichokizowea.

Kabla hawajajua la kufanya, mlango ulisikika ukigongwa na kisha ukafunguka. Mgeni aliyeingia alikuwa wa mwisho kati ya watu wote ambao wajumbe wangependa kuwaona wakati huo. Inspekta Kombora, mkuu wa kikosi maalum cha polisi nchini ambacho hujishughulisha na hujuma za kiuchumi na kisiasa! Mtu ambaye sifa zake za ushindi dhidi ya watu wa aina hiyo si haba. Alikuwa kavaa mavazi yake kamili ya kikazi. Nyota zikipepea mabegani.

Kombora pia aliduwaa mbele ya umati huu. Haikuwepo sura yoyote ngeni machoni mwake. Wote walikuwa watu ambao madaraka yao yalifanya picha zao kutokea magazetini mara kwa mara, majina yao kutajwa redioni, na katika mikutano ya hadhara walikalia vile viti vya mbele vinavyowaelekea watu. Sasa wanafanya nini katika chumba hiki ambacho kilikuwa sirini mno hata akawa amekifikia baada ya mzunguko mrefu kutoka chumba hadi chumba? Alipoyatupa macho kumtazama yule huyo aliyejiweka kitini mbele yao kwa namna ya uenyekiti, aliyarejesha chini mara moja baada ya kulakiwa na ile nuru kali ya taa za umeme.

"Sijaelewa ... " alianza kusema. Kisha alinyamaza ghafla ili kufikiri kabla ya kutia neno lolote katika kikao hiki. Simu aliyopigiwa ilimwambia aje hapa, ili apewe salamu zake kutoka kwa joram, kuzirnu. Alikubali kuja hapa hasa simu ilipomwelekeza katika jumba hili. jumba ambalo macboni mwa wapita njia lilikuwa la kawaida lakini kwake halikuwa' la kawaida. Kwa muda mrefu, alikuwa akilitupia macho yenye maswala ambayo yalitaka kujua kipi hasa kinachofanyika katika nyumba hii. Alikuwa hajapata nafasi hadi leo hii.

"Karibu sana Inspekta," sauti ya Mwenyekiti ilimhimi~a.

Nimefurahia sana kufika kwako. Haja yangu ni kutaka ufahamu kuwa tulioko mbele yako ni raia na wazalendo wa nchi hii wenye njaa kubwa ya utajiri na kiu kali ya vyeo kiasi cha kushiriki kikamilifu katika njama za hatari ambazo hazijawahi kutokea katika historia ya ulimwengu."

Wote walimsikiliza kwa mshangao. Kombora aliduwaa. Wajumbe walitetemeka.

"Labda nirudi nyuma kidogo kimaelezo. Mpango huu umeandaliwa kwa muda mrefu. Majaribio aina aina yamekwisha fanyika. Sumu maalumu zimeandaliwa. Moja ya sumu hizo ni ile ambayo ilikusudiwa kumuua joram Kiango. Iliposhindwa, msichana aliyeteuliwa kuutekeleza mpango huo, aliuawa kikatili kuliko kifo chochote cha kikatili kilichowahi kutokea. Utakumbuka Inspekta kuwa, viungo vya msichana huyo viliokotwa chumbani kwake mfano wa nyama inayouzwa. Baada yake, ndipo aliuawa joram kwa bomu. Viungo vyake vilitapanywa ovyo hata asijulikane kabisa. Sivyo Inspekta? Na baada ya joram, akauawa Neema Idd yule msaidizi wake. Ni sisi ambao tuko mbele yako ... "

Wajumbe ambao walikuwa wakitetemeka walianza kuinuka.

Mmoja alipiga hatua mbili tatu kuelekea mlangoni. Lakini alirejeshwa na bastola ya Kombora ambayo ilikuwa ikimwelekea. "Yeyote atakayeinuka atakuwa maiti. Kuanzia sasa, wote mko chini ya ulinzi."

"Usiwe na haraka Inspekta," Mwenyekiti aliendelea kwa utulivu kama awali. "Bado kuna mengi yatakayokusisimua. Kumbuka umealikwa kama msikilizaji tu. Tulioko mbele yako si tishio kubwa kwako. Yuko kiongozi wetu ambaye si mroho sana wa vyeo na utajiri, lakini anayo maradhi ya hatari zaidi. Yeye ni mtu ambaye anapenda sana mauaji. Mengi kati ya mauaji yaliyokwisha fanyika ameyafanya kwa mkono wake. Na anafurahia sana kuua. Twaweza kusema kuwa ana wazimu. Yeye ndiye kiongozi wa mpango huu na ameapa kuwa ataufanikisha. Kwa bahati mbaya hayupo hapa tena. Ametoweka ... "

"Wewe ni nani?" Kombora alifoka.

"Mjumbe tu mwenyejukumu la kukupa salamu kutoka kuzimu aliko ... "

"Sikia," Kombora alikatiza tena. "Huu si wakati wa mzaha hata chembe. Kuna mtu mmoja tu mwenye sauti na tabia yako. Mtu ambaye alifariki kit ambo na nilimzika mwenyewe. Joram Kiango. Sasa wewe ni nani? Huonekani kama mmoja wa kikundi hiki cha hatari. Pengine hii ni ndoto tu? Kesho mambo yatakuwa shwari?"

"Sio ndoto lnspekta," Mwenyekiti huyo alijibu. Labda niondoe nuru hii inayowanyimeni nafasi ya kuniona vyema." Aliupeleka mkono wake chini ya meza na kubonyeza mahala. Nuru ikatoweka. Aliyekuwa nyuma ya nuru hiyo alikuwa Joram Kiango!

Na alikuwa akitabasamu.

"Joram! Kila mmoja aliropoka kwa mshangao. Hakuna aliyeyaamini macho yake.

"It can' be true," Kombora alifoka kwa lugha ya kigeni. Akajisahihisha mara moja akisema, "haiwezekani. Lazima iwe ndoto. Ulifariki kitambo Joram. Dunia nzima inafahamu hivyo."

"Ndiyo," Joram alijibu baada ya kucheka kidogo. "Nilifariki. Na ni rafiki zangu hawa ambao walinihukumu kifo na Imhakikisha nimekufa. Lakini kuna mengi yaliyotokea. Nadhani Muumba alikuwa hajaweka saini katika mkataba wa kifo changu, au ameikubali rufaa yangu. Hivyo nimerudi ili nitoe salamu zangu kwa kikao hiki. Salamu nilizozipata huko akhera," alimalizia akiachia tena tabasamu.

Lilikuwa tabasamu la dhihaka.

Tabasamu ambalo liliwatesa sana wajumbe zaidi ya kufichulika kwa ukweli. Wote walikuwa wameamini kuwa Joram alifariki kama walivy.gafikiana. Na walikuwa wamesikia hivyo katika vyombo vya habari. Na walikuwa wamehakikishiwa na "Mwenyekiti" wao ambaye hawakuwa na shaka kuwa angetimiza jukumu hilo. Vipi tena Joram awe hai! Tena mbele yao! Akiwadhihaki na kuwakebehi? Kitu gani kinatokea! La kutisha zaidi ni kufahamu kuwa Joram bado yu hai. Waliona matumaini yao yakifa mbele yao. Tazama anavyocheka! Tazama macho yake yanavyotoa nuru ambayo inadhihirisha kuwa siri kamili alikwisha fahamu. Siri ya kutisha ambayo inatosha kuwafanya wahukumiwe kitanzi! Yu wapi "Mwenyekiti" huyu aliyewatumbukiza katika mkasa huu? Au tayari ametiwa mikononi?

Kombora hangeweza kustahamili, akasema, "Sikia Joram. Penginc nimeanza kuzeeka mno. Lakini nadhani mtu yeyote aweza kutiwa kichaa na suala hili kama nilivyochanganyikiwa sasa. Kabla sijaanza jukumu lolote la muhimu nadhani unao wajibu wa kufafanua vipi uko hai baada ya Ii Ie bomu ambalo lilitapanya maungo yako. Sipendi kuamini kuwa umekufa ukafufuka ... "

"Sikufa Inspekta," Joram alifafanua. "Lile bomu halikunidhuru," akaendelea kueleza.

Bomu lilipuka muda mfupi baada ya Joram kumwona mtu yule aliyekuwa akinyatia mlangoni. Joram hakujua mtu yule katokea wapi. Anachojua ni kwamba, aliona kila kitu ndalJ.i ya nyumba kikipaa angani na kutua sakafuni. Alijikuta chini ya vitu vingi ambavyo vilimkandamiza sakafuni. Kichwani alisikia maumivu makali. Maumivu ambayo yalimfanya asikie kelele za watU'bila ya uwezo wa kuomba msaada. Mwishowe, kukawa kimya. Joram akafahamu kuwa watu wameondoka katika eneo hila bila ya kumwona. Tumaini la kunusurika likamtoka. Akatulia akisubiri kifo. Muda si mrefu, alizirai.

Fahamu zilipomrudia, alijikuta yumo katika chumba cha nyumba mbovu mbovu kalazwa kitandani akihudumiwa. Alipotupa macho kumtazama aliyekuwa akimhudumia, ndipo macho yake yalipopambana na kitu chenye sura ya kutisha na kuchekesha. Kitu ambacho kilikuwa mithili ya binadamu. Dalili pekee iliyomfanya ajue kuwa mtu huyo ni mwanamke, ni furushi la matiti lililokaa kifuani bila mpangilio wowote uwezao kuvutia macho ya mwanamume.

Mtu huyu alitabasamu alipomwona Joram akirudiwa na fahamu.

Tabasamu ambalo lilikuwa ni vigumu kutofautisha Qa kilio.

"Naitwa Unono. Nimekuokoa kutoka katika kifusi cha nyumba iliyopatwa na ajali. Unajisikiaje bwana wangu?"

"Bwana wake!" Hili lingemchekesha Joram Kiango. Lakini

maumivu yaliyokuwa yakimsumbua hayakuwa madogo. Yakamfanya amshukuru na kuuthamini msaada wa Unono. Alijua kuwa bila ya Unono angekuwa marehemu. "Ahsante sana," akajikongoja kutamka.

"Usijali mpenzi."

Mpenzi! Joram aliwaza kwa hasira kidogo. Kisha alitabasamu alipojikumbusha kuwa huenda mama huyu hana akili timamu. Kwani Joram hakumbuki lini aliwahi kuitwa "mpenzi" na mtu wa aina yake.

Tabasamu la Joram lilimtia Unono moyo. Akacheka na kueleza kwa sauti ya mnong'ono. "Nimekuleta kwa siri. Majirani wote wamelala. Hakuna anayejua kama uko humu. Kama wangejua wangekupokonya kutoka mikononi mwangu. Hakuna mtu anayependa kuniona nikipata kitu kizuri. Nawe u mzuri bwana wangu. Mzuri na mwenye afya. Nimekubeba kwa taabu kubwa sana. Baada ya muda si mrefu utapona. Utakuwa wangu. Nitakupa chochote na kila kitu utakachokitaka kutoka kwangu."

Joram hakuwa amemsikiliza. Alikuwa ameirejesha akili yake katika tukio zima na kulitafakari. Akajikumbusha kuwa kuna mtu aliyekuwa amedhamiria kumuua. Mtu ambaye ametumia njama namna kumuua. Kwanza, akamtumia yule msichana kumpa sumu. Pili, ametumia bomu. Na ameponea chupuchupu kuuawa na bomu hilo. Pengine mtu huyu anaamini kuwa amekwisha fariki. Ama asingeshindwa kuja hapa na kummaliza kwa urahisi. K wa nini mtu huyu akataka kumuua kwa vyovyote vile? Amefanya kosa gani ili aweze kuchukiwa na binadamu mwenzake kiasi hiki? Joram hakupenda kuwindwa kama mnyama mwituni. Hasira zilimjaa. Hasira zilizompa nguvu. Akashindana na udhaifu aliousikia mwilini. Akainuka kwa kujikongoja. Akajitahidi kusimama wima.

"Una nguvu za ajabu mpenzi," Unono alisema kwa mshangao. Joram alimtazama bila kumsikia. Akilini mwake aliwaza: ni vipi angekuwa mwinda badala ya mwindwa? Vipi angemtia mkononi mtu huyu wa ha~ari? Alikuwa na fursa nzuri sana kwani huyu al.ikwisha mtoa akilini kwa kudhania kuwa tayari amemwagamiza. Aliona kuwa isingekuwa kazi ngumu kumtia mikononi.

Hata hivyo, aliuona ugumu wa jukumu hili. Alikuwa amepoteza silaha zake zote. Alipoteza ndevu zake za bandia pamoja na kilemba chake. Begi lake lililobeba vifaa vyake muhimu lilikuwa limepotea pia. Basi, alifurahi mno kupata pochi yake kwenye mfuko wa suruali. Pochi ambayo ilisetiri mambo mawili muhimu, noti zake chache na picha ya adui yake. Picha ambayo alikuwa ameipiga kwa siri sana kule hotelini ambapo adui huyu alikuwa akimuandalia kifo chake. Joram aliitazama picha kwa makini, kisha akaihifadhi, na kujilaza kitandani akisubiri mapumziko.

Unono, ambaye wakati huu wote alikuwa ametulia akimtazama Joram, aliIrlfuata kitandani. Buibui amelivua tayari kusherehekea vuno lake. Weusi wa umbo lake haukupendeza hata kidogo. Lakini Unono alikuwa amedhamiria.

"Naona umepona mpenzi," alisema. "Tunaweza kufurahi kidogo ... "

Hilo Joram hakulitegemea. Alit am ani kumwachia kofi kali ambalo lingetua katika sura hiyo mbaya na kuirejeshea akili. Lakini kwa kuwa bado alimhitaji, hilo hakulifanya. Badala yake, alizungumza kwa sauti 'ya udhaifu zaidi. "Baada ya kunitoa-hatarini unataka kuniua hapa?

Huoni kama niko hoi?"

"Pole!"

Usiku huo ulikuwa mgumu kwa Joram. Kwa kweli Joram alikuwa amezoea kupambana na wanawake wazuri wazuri. Lakini alikuwa hajazoea kupambana na wanawake aina ya Unono. Mwanamke rnzuri anaponuna, Joram huwa anaelewa na haichukizi, na anapocheka inapendeza. Huyu akicheka inachukiza, na akinuna tazama inavyotisha! Ulikuwa usiku mgumu. Usingizi ulimpitia alfajiri. Alikurupuka na kumkuta U nono yuko juu yakel

Kulipopambazuka alitayarishiwa maji ya moto ambayo aliyaoga

haraka haraka. Alipotoka bafuni, akakuta Unono kaandaa chai nzito. Baada ya kuinywa aliambiwa, "Sasa hujambo. Tafadhali tulale kidogo kabla hujanikimbia kama wenzako wote."

"Kukimbia?" Ioram alihoji, akijitia kushangaa. "Bado nauhitaji sana msaada wako." Akaitoa pochi yake. "Ninahitaji sana msaada wako," aliongeza. "Pesa hizi ni nauli yako. Na hii hapa ni picha ya mtu ambaye nitakuomba uipeleke kwa msichana mmoja. Anwani yake ni hii .. ," akamweleza. "Utanisaidia mpenzi?"

Unono hakuwa amemsikiliza kwa makini. Lakini "mpenzi" lilimfanya ayakumbuke yote aliyoelezwaokwa uhakika kabisa. Kuitwa "mpenzi" na kijana rnzuri kama huyu, aliyekuwa amemnyima usingizi usiku kucha. Hakumbuki kama kuna binadamu yeyote wa kiume aliyewahi kumwita hivyo. "Nitakusaidia kwa lolote," alimjibu.

"Ahsante," Ioram alijibu. "I ambo jingine nitakalokuomba ni la siri. Tafadhali sana usimfahamishe mtu yeyote kuwa unaishi na mtu hapa. Wala usimfahamishe mtu yeyote kuwa mtu huyu alinusurika ajali ya bomu. Tafadhali iweke vyema siri. hiyo. Ningependa kuishi hapa kwa wiki nzima bila mtu yeyote kufahamu."

Wiki! Unono hakuyaamini masikio yake. Alizidiwa na furaha.

Hakuahidi tu bali aliapa kuwa asingeitoa siri hiyo hata kwa ncha ya kisu. Baada ya kujiandaa, aliaga na kutoka nje ambako alipanda basi kama alivyoelekezwa na Ioram. Ndipo alipomwendea Neema na kumpa ile picha, ingawa kwa ajili ya wivu, hakueleza kikarnilifu yote ambayo Ioram atikuwa amemwelekeza. Wivu ambao ulimharakishia Neema Idd kifo chake.

Baada ya Unono kuondoka, Ioram pia alifuata. Aliingia mitaani ambako alinunua mavazi fulani fulani na rniwani myeusi, akajibadilisha. Mtu asingeweza kumfahamu kwa urahisi, hasa mtu ambaye alikuwa na hakika kuwa Ioram Kiango alikwisha fariki. Kutoka hapo, alienda kwa Neema. Alishuku kuwa binti huyo alikuwa anachunguzwa. Aliingia katika nyumba hiyo kwa siri mno bila ya jirani yeyote kumwona. Alishangaa kutomkuta Neema ndani ingawa picha aliyoihitaji ilikuwa mezani ikiwa na maelezo yote nyuma yake. Baada ya kusubiri kwa muda, aliondoka tena kwa siri kama alivyoingia. Alirejea kwa Unono ambaye loram alimkuta tayari kanuna na kukata tamaa. Hivyo, alipomwona loram alimrukia na kumkurnbatia. Lakini loram alijitoa mikononi mwake kwa kumwomba aende kwa Neema kupata majibu. Alimpa pia maelezo mengine.

Unono aliondoka, lakini hakurudi.

Subira ya loram haikuzaa matunda yoyote. Kiza kilipoingia, aliondoka hadi kwa Neema. Mbele ya nyumba hiyo alisikia maongezi ya watu juu ya ajali ya "Mwanamke kichaa, mfupi ... " Ndani kwa Neema, alimkuta kalala kitandani, kapoa kitambo.

Kifo cha Neema kilimshtua loram zaidi ya kitu chochote kilichowahi kutokea. Hakutegemea. Alitaka kulia ingawa hakujua kwa nini machozi hayakujitokeza machoni mwake. Neema kufa! Msichana pekee ambaye waliondokea kupendana zaidi ya dada na kaka au mtu na mkewe. Msichana ambaye daima alikuwa tayari kuhatarisha maisha yake kwa ajili yake. Binti ambaye mara nyingi ameyaokoa maisha yake. Asingeweza kusahau mchango wake katika kisa cha Najisikia Kuua Tena. Wala asingekosa kumkumbuka kila anapolifikiria tukio la Dimbwi La Darou. Neema! mtoto mpole, msikivu, mwenye hekima. Mtoto mzuri kwa sura na umbo. Kupotea bure kwa uzuri ule katika mikono ya mtu mwenye roho ya kinyama na fikara za kishetani ...

Hatimaye machozi yakamtoka.

Joram hakuwa na haja ya kuambiwa kuwa kifo hiki ni matokeo ya kazi ndogo aJiyompa Neema kupeleleza juu ya mtu au watu hawa waliokusudia kumwua. Akaapa kuwa asingestarehe hadi amtie mikononi mtu huyu! Mikononi? alijiuliza kwa hasira. Ndiyo, loram hajawahi kuua. Wala leseni yake haimruhusu kuua isipokuwa katika kujitetea tu. Lakini huyu lazima amwue kwa mkono wake. Aliapa. Damu ya Neema na wote wasio na hatia wali0'tawa na mtu huyu lazima ilipwe. Deni la damu hulipwa kwa damu.

Ndipo aliporudi tenamitaani ambako alikamilisha mipango yake ya upeleJezi. Adui yake alikuwa na hakika kuwa yeye loram ameuliwa. lambo hili, loram aliliona kama la kumrahisishia kazi yake. loram angemchunguza, na kufuata vipengeJe vyake vyote, kumtembeJea kwa siri na kumfahamu barabara. Ndipo loram Kiango alipofaulu kumuandalia Inspekta Kombora ushahidi huu wa ajabu.

"Unaona alivyo mnyama Inspekta?" aliendeJea akimgeukia Kombora. "Ni mtu ambaye hafai kuishi. Mtu hatari zaidi ya simba mwenye kichaa." Akawageukia wajumbe ambao pia waliduwaa kwa maelezo yake. "Hawa ni vibaraka wake. Lakini Proper anayafahamu madhambi yao mengi na amewatish4l hat a kuwafanya walazimike kum tii. Yeyote ambaye angeyadharau maagizo ya Proper, angeteketezw-a kinyama. Hii ndiyo adhabu ya tamaa na kutotosheka."

Joram alisita kidogo akiwatazama wasikilizaji wake kwa utulivu.

Alifungua kinywa kutaka kuendelea na maongezi lakini Kombora alimkatiza kwa kufoka, "Joram. Tafadhali ... Hili si jambo dogo kama unavyolichukulia wewe. Nadhani jambo !a muhimu na la haraka ni kumpata huyu shetani mkubwa zaidi. Nitampata wapi? Serna haraka."

"Hilo ndilo tatizo Inspekta," Joram alimjibu. "Mnyama huyu ametoweka."

"Ametoweka! Haiwezekani. Lazirna apatikane," Kombora alikuwa akifoka. Akawageukia wahalifu ambao walikuwa wameduwaa. "Nyie. Yuko wapi bwana wenu?" Hakuna aliyemjibu. "Hamsemi siyo? Vizuri. Baada ya muda, badala ya kusema, mtatapika maneno hayo. Nitawakabidhini kwa watu wanaojua kukamua."

"Usijisumbue Inspekta," Joram alimjibu. "Hawa hawafahamu lolote la haja. Hakuna anayejua aliko. Lakini usijali. Mimi nitamtia mikononi mtu huyu. Lazirna nirnuue mwenyewe kwa mkono wangu. "Nisipomuua nitajiua," Joram alimaliza kusema hayo akikiacha kiti chake na kumsogelea Inspekta akisema:

"Nadhani Inspekta hujafahamu kiini has a cha unyama huu.

Taarifa kamili irno katika makaratasi hayo ambayo nimeyapata kutoka katika hifadhi zake. Yapitie uone."

Kombora aliyapokea na kuanza kuyasoma haraka. Alikuwa hajasoma walao robo ya taarifa nzima jasho lilipoanza kumtoka. Akainua uso kumtazama Joram huku akisema kwa sauti inayotetemeka, "Haiwezekani ... Sikujua kama wazimu wake ni wa hatari ya kiwango hiki ... " Mara akagundua kuwa alikuwa hazungumzi na Joram. "Yuko wapi?" alimwuliza askari wake mmoja.

"Ametoka" .

"Arne ... Kwa nini mmemruhusu kuondoka?"

"Hakuna aliyejua kama alikuwa anakwenda zake, afande."

"Mtafuteni harakar' Kombora alifoka.

Sura ya Kumi

"Wazirnu wa hali ya juu... Wazirnu wa hatari..." Kombora aliendelea kufoka kirnoyomoyo masaa kadhaa baada ya kuhudhuria kile kikao ambacho kiliendeshwa na Joram. Karatasi zile zilikuwa bado ziko mbele yake, zikirntisha na kumtatanisha. "Mtu kudhamiria kuua kinyama umati rnzima wa viongozi, kwa njia za kipekee ambazo si rahisi kugundulika! Mtu huyu yu hai na huru mahala fulani katika jamhuri hii! Wazimu ulioje? Hana haki ya kuendelea kuishi. Lazima afe haraka iwezekanavyo."

Hayo, Kombora alikuwa ameyasema mara nyingi usiku huu.

Tangu Joram alipomwaeha, alitoa amri ya kuwahifadhi "Waheshimwa" wote na kisha kuanza jukumu la kumtafuta Proper. Kati ya karatasi alizoaeha Joram, zilikuwemo pia zile ambazo zilifiehua makazi yake yote na majina yake mbalirnbali. Hivyo makachero walikuwa wametumwa sehemu mbalimbali kumtafuta. Mengi ya kutisha yaligunduliwa, lakini mtu waliyemhitaji hakupatikana. Alikuwa ametoweka kama moshi unavyopotelea hewani. Ndipo Kombora alipoelekeza juhudi we kumtafuta Joram kwa matumaini ya kwamba angeweza kuwa na fununu ambayo ingerahisisha kupatikana kwa mtu huyo. Lakini alishangaa alipoona kuwa juhudi za makachero za usiku kueha hazikufanikiwa. Sasa kulikuwa kukipambazuka bila ya dalili: zozote za Joram kupatikana.

Yeye pia alikuwa ametoweka!

Ulikuwa usiku wa manane sasa. Lakini Kombora hakusinzia hata kidogo. Wala hakudhani kama angeweza kupitiwa Iha lepe la usingizi usiku wowote hadi wakati mtu huyo hatari atakapokufa au kutiwa mbaroni. Zilikuwa zimesalia siku chaehe sana kabla ya mkutano huu maalumu wa viongozi wa nehi za mstari wa mbele ufanyike mjini Arusha. Ilisemekana pia kuwa viongozi wa nehi nyingine huru za Afrika wangehudhuria. Na mtu huyu - lanakum - anayekusudia kuwaangamiza viongozi hawa kinyama, yuko huru mahala fulani katika nchi hii! Vipi Kombora angeweza kulala? Vipi angeweza kustarehe?

Alikuwa na wajibu. Wajibu muhimu na wa haraka kuliko wowote mwingine uliowahi kumhusu kama kiongozi wa kikosi hiki maalumu: kumpata muuaji huyu mapema iwezekanavyo. Ni hila hlilomfanya aendelee kuwa ofisini hadi saa hizo, akipokea simu na taarifa inbalimbali za makachero waliosambazwa kote jijini kwa kazi hiyo moja tu; kumpata proper akiwa hai au maiti.

Hakupatikana.

Saa tisa ... saa kumi ... na moja! bado haikufika taarifa yoyote ya haja, jambo ambalo lilizidisha hasira na mashaka katika kichwa cha Kombora. Akaelekea kuiamini taarifa ya makachero wake wa uwanja wa ndege iliyodai kuwa mtu wa aina hiyo alikuwa amepanda ndege iliyoelekea Mwanza. Hata hivyo, Kombora hangeweza kuikubali mara moja taarifa hiyo. Baada ya kumfahamu Proper kutokana na vitendo vyake, hakuona kama alikuwa mtu wa kukubali kushindwa na kukimbilia Mwanza. Aliamini kuwa mahala ambapo mtu mwehu kama huyo angekimbilia ni Arusha ambako angesubiri kujaribu kuukamilisha wazimu wake kwa vitendo. Hivyo akaendelea kutoa amri za kuendelea na upekuzi hadi mtu huyo apatikane.

Mapambazuko yalifika kabla hajapatikana. Baada ya kunywa vikombe viwili vya kahawa, kupunguza uchovu, Inspekta Kombora alijikuta akiinua simu na kuzungusha namba za nyumbani kwa Katibu Mkuu wa Wizara yake.

Usiku mzima alikuwa amepingana na wazo hilo. Hakuwa mtu mwenye tabia ya kuyatupa matatizo yake kwa wakubwa. Lakini hili aliona ni la hatari zaidi. Lingeweza kuleta madhara ya kimataifa. Hivyo, haikuwepo njia nyingine ila kuiarifu serikali kabla ya maji kumwagika.

Simu ilipokelewa na Katibu Mkuu mwenyewe. Maelezo ya simu hayakumridhisha Katibu Mkuu. Alimwamuru Inspekta kufika ofisini mwake saa mbili kamili iii aariflwe barabara. Ndipo Kombora aliporudi nyumbani kwake ambako alioga, akabadili sare yake na

92

kisha kurudi kazini bila ya kujisumbua kumweleza mama watoto wapi alikolala. Haikuwa tabia ngeni katika kazi yake.

"Unadhani ni kweli mtu huyo ameamua kuitekeleza ndoto yake?"

Katibu Mkuu alimwuliza Kombora baada ya kumsikiliza kwa makini.

"Ndivyo mzee," Inspekta Kombora alimjibu baada ya kusita kwa muda. "Tazama alivyofaulu kumuua huyu jasusi mwenzake aliyekuwa akijificha kwa mavazi ya kipadri. Kwa kila hali anakusudia kuendelea na ndoto yake," Inspekta alimalizia kwa msisitizo.

"Na unasema pia huyu kijana Joram Kiango ambaye iliaminika kuwa amekufa, aliyesaidia kufichua yote hayo hajulikani aliko?" Katibu aliendelea kusaili.

Kombora alikohoa kabla hajajibu. "Hajulikani mzee. Ni ajabu kuwa yeye pia ametoweka. Naamini yuko katika msako wa kumtafuta huyu ambaye amemuua pia msichana wake mpenzi Neema. Hata hivyo, juhudi zake hizo za kibinafsi akiongozwa na hasira zaweza kuleta madhara. Ingefaa tushirikiane ... " mara Kombora akasita baada ya kukumbuka kuwa mengine kati ya maelezo yake hayakumhusu Katibu Mkuu. Yalikuwa mawazo yake binafsi.

"Ndiyo, ndiyo, Inspekta," Katibu alimjibu. "Sasa sijui kiini hasa cha kuniona ni nini. Sidhani hutapenda kuniambia kuwa kikosi chako kimeshindwa kabisa hivyo unaomba msaada wa wizara nzima kumtia mikononi mwenda wazimu mmoja tu."

"Sivyo mzee," Kombora alijibu akimtazama kijana huyu kwa aibu kwa kulazimika kumwita "mzee" ilihali alimzidi sana kwa miaka. "Naamini tutampata. Isipokuwa niliona nikuarifu iii endapo hatapatikana siku mbili kabla ya kikao hiki, tukuarifu iii ikiwezekana uishauri serikali ihairishe kikao."

"Hilo haliwezekani kabisa," Katibu Mkuu alidakia."Kikao hiki ni muhimu mno. Ni kikao pekee ambacho kinaelekea kufanikisha dhamira yetu ya kuipatia Namibia Uhuru. Na kadhalika, kimekusudia kuratibu mbinu mpya za kuharakisha kutokomezwa kwa ubaguzi wa rangi Afrika Kusini. Waaidha, kikao hiki kimekusudiwa kujadili vita vya wenyewe kwa wenyewe huko Sudan na Ethiopia. Tunakusudia kukuza misingi ya muungano wa Afrika. Haya nikusimuliayo ni siri kubwa. Natarajia utayahifadhi. Nimelazimika kukuelezea haya iii ubaini umuhimu wa kikao hiki. Haiwezekani kuuahirisha mkutano huu. Utakuwa ni wajibu wako kumnasa huyo mtu mnayemwita Proper.

"Fanya kila uwezalo," Katibu Mkuu aliendelea. "Kadhalika, siri ya kunusurika kwa Joram Kiango ingepaswa ilindwe vilivyo. Kijana huyo ana busara sana. Anaweza kukusaidia kumpata mtu huyo. Lakini itabidi isifahamike kabisa kuwa kijana huyu yuko hai," akasita na kumtazama Kombora. Kisha aliuliza ghafla: "Kwa nini hujamweka katika kikosi chako kijana huyu?"

Kombora akatabasamu. "Joram! Tumemwomba mara nyingi. Hataki. Ni mtu apendaye uhuru wake."

Na pengine mkiwa naye pamoja huenda akashindwa kufanya kazi yake," Katibu Mkuu akaongezea. "Naona njia zake za upelelezi zimo katika tapo la kipekee. Nimezisoma harakati zake magazetini na katika vitabu mbalimbali."

"Nadhani ni kweli."

Kikafuata kimya kifupi. Kombora alifahamu kuwa Katibu Mkuu alikwisha msahau na kuzama katika mawazo ya shughuli nyingine. Hivyo, aliinuka na kuaga. "Ahsante rnzee."

"Natumaini utafanya chini juu na kumpata mtu huyo Inspe~ta,"

Katibu Mkuu alimtupia alipoflka mlangoni.

"Bila shaka mzee," alimjibu, kichwani akijiuliza angeweza kufanya nini zaidi?

***

Proper alikuwa juu ya kitanda katika chumba cha mojawapo ya hoteli nyingi za mji wa Mwanza. Mkono wake wa kulia ulikuwa ukichezea chuchu za matiti ya msichana aliyelala kando yake, wa kushoto ukipapasa kiuno. Wote walikuwa uchi na miili yao ililoa kwa jasho. Jasho lililoendelea kuwatoka asubuhi yenye baridi kali. Jasho ambalo lilitokana na juhudi za miili hii katika kuthibitishiana utaalamu na uwezo kimahaba.

Huyu alikuwa msichina wa tano tangu Proper ,ahke katika mji na hoteli hii ... Wawili waliotangulia, alikuwa amewaona kama kawaida tu. Zaidi ya uzuri wao wa sura na umbile, kitandani hawakuwa na la ziada. Hivyo aliwapa ujira wao na kuwaaga. Lakini huyu wa tatu, hakuonekana kama angeweza kuwa mtu wa kuagwa kwa urahisi. Sura haikuwa nzuri sana. Wala umbo lake halikuwa moja kati ya yale maumbo ambayo huwafanya madereva waroho wasababishe ajali barabarani kwa kutazama. Msichana huyo alitambua alichopaswa kuwafanyia wanaume. Alielewa alichokusudia Muumba wake kwa kumpa viungo tofauti tofauti. Kila kitendo chake kitandani alikitenda kwa ari na nia, bila udioyo wowote. Kila kiungo chake mwilini alikitumia kikamilifu bila hiana. Na hakuonekana mwanafunzi katika vitendo vyake vyote.

Ni haya yaliyomfanya Proper ajisahau kwa kiasi fulani.

Ni kweli kuwa aliyoyaona Mwanza hayakuwa ya kawaida. Katika jiji la Dar es Salaam ambako aliishi sana, kupata msichana au mwanatnke wa kujiburudisha naye sio tatizo. Ziko saa za jioni, au usiku usiku, ambazo utajitokeza mitaani na kujipitishapitisha. Hutavuka mtaa wa tatu kabhl hujapata mtu ambaye ataivunja safari yake na kuandamana nawe hadi chumbani kwako kitandani, ambako ataondoka alfajiri ya siku ya pili. Lakini si hiVYQ kwa mji wa Mwanza. Hapa unachotakiwa kufanya ni kujipatia chumba chako katika moja ya hoteli nyingi zilizozagaa. Kaa chumbani kwako kwa utulivu. Hautapita muda mrefu kabla hujapigiwa hodi na watoto wa kike ambao watajitia kuuliza hili na lile hadi maswali yao yatakapokufanya utoe jibu ambalo litawafanya waangukie kitandani.

Proper pia, alingojea hodi yake. Haja yake haikuwa kujiburudisha tu, bali alit aka kujiflcha, Hi aonekane kama wapangaji wengine. Kama vijana ambao waliamua kuuonyesha ujana au wazee ambao waliifurahia fursa ya kuwaasi wake zao. Ndipo alipoanza kuwakaribisha mmoja baada ya mwingine hadi alipompata huyu, ambaye hakuonekana kama angestahili kuondoka.

"Jina lako?" alimwuliza akihamisha rnkono mmoja kutoka kiunoni na kuupeleka kichwani kuchezea nywele ndefu rllizotimuliwa.

"Sofia," ilijibu sauti hiyo ya kike. "Na wewe?" ikaongeza.

"Bakari, ingawa rafiki zangu hupenda kUniita Beka," Proper alilaghai.

"Kwa hiyo nikuite Beka sio?" "Hapana. Niite mpenzi".

Msichana huyo akacheka. Na kicheko chake kilikuwa cha kupendeza.

Baada ya muda, msichana huyo alipitwa na usingizi. Kichwa kakiegemeza katika kifua chake Proper1 mkono wake akauweka mahala fulani katika mwili wake, akawa amelala kwa utulivu mkubwa. Uso wake ukawa kama unaocheka.

Proper alimtazama kwa muda. Kisha alijitoa kitandani hapo kwa uangalifu bila ya kumwamsha Sofia. Akaliendea begi lake ambalo alilifungua na kulichunguza. Sehemu za kawaida zilikuwa na mavazi yake, vitambulisho vyake bandia na vikorokocho vingine. Mifuko ya siri, ambayo kama alivyotegemea, wakaguzi wa uwanja hawakuweza kuifikia, ilikuwa na silaha zake, nyaraka zake muhimu, dawa zake maalumu, na pesa nyingi. Kila kitu kilikuwa kama kawaida. Proper akakirudia kitanda ambako alikiinua kichwa cha msichana huyo taratibu na kukirudisha kifuani kwake na mkono akauweka pale pale ulipokuwa. Kisha akayafumba macho yake kwa namna ya utulivu.

Lakini akilini hakuwa na utulivu wowote. Kichwa chake kilikuwa kazini kikitafakari matukio yote yaliyopita na yajayo. Aliukumbuka kwa uchungu mpango wake madhubuti ambao aliuandaa kwa gharama kubwa na muda mrefu, na ulivyokaribia kumpotezea maisha. Ilimchukiza kuona kuwa waliokusudia kumwangamiza walikuwa watu wa upande wake. "Kwa ajili ya uoga," aliwaza. Uoga usio na msingi. Uoga ule ule ambao umewafanya kwa muda mrefu watumie fedha nyingi kukamilisha mabomu ya nuklia, lakini hadi leo hawajathubutu kufanya walao majaribio katika nchi moja. I wapi basi haja ya kusumbua vichwa? Yeye Proper angewaonyesha. Liwalo na liwe lakini mpango alioundaa lazima atautekelezli. Peke yake na kwa mkono wake. Dunia ione ... Ulimwengu usikie.

Proper aliyarejesha mawazo yake kwa Kombora na jeshi lake.

Walikuwa wanafanya nini? Alijua kwamba, kifo cha yule padri kiliwafunulia polisi mwanya fulani. Hata hivyo, alielekeza fikra zake zote kwa kazi hii ya mwisho. Hakuna angeyeweza kulizuia pigo la mwisho. Pigo la kihistoria.

Proper alimtaza Sofia usoni. Akamwona alivyolala kwa utulivu.

Angetokwa na kicheko kwa kumhurumia msichana huyu alivyolala kwa utulivu bila ya kufahamu amelala na nani. Hajui kama amelala na klfo! alinong'ona kimoyomoyo. Kisha alimwamsha na kumtaka wafanye tena mapenzi. Kama kawaida, msichana alikuwa tayari. Kama kawaida yalikuwa mapenzi mengine ambayo yaliacha kumbukumbu akilini.

"Wapi unaishi Sofia?" Proper aliuliza baada ya kukusanya pumzi
kwa dakika kadhaa.

"Kirumba. Nyuma kidogo ya uwanja wa mpira." "Unaisbi na nani?"

"Peke yangu." Kimya kifupi kikapita. "Kwa nini unapenda kujua?"

Proper aliupeleka ulimi wake kuchezea chuchu kabla hajamjibu.

"Kwa sababu nyingi. Kubwa ni kwamba sijapata kukutana na msichana aliyeniburudisha kama wewe. Nisingependa tutengane tena, kwani nikikukosa huenda nisipate mtu wa aina yako. Hivyo, ningependa nihame hapa hotelini na kuishi kwako hadi shughuli zangu zitakapokwisha hapa Mwanza, twende zetu Bujumbura pamoja. Unasemaje?"

Habari hii ilimfurahisha sana Sofia. Sofia alikuwa ametorpka kwao Sengerema baada ya kupata mimba isiyokuwa na mwenyewe. Mimba biyo iliishia chooni. Tangu wakati huo, amekuwa mtu asiye na tumaini la kupata bwana wa kudumu. Sura yake pia, ilikuwa pingamizi kubwa. Daima, mabwana aliowapata, walikuwa hawa wa "kuokota". Mabwana waliosukumwa tu na uchu wa kuwa na mwanamke. Hali hii ilimfanya mwanamke huyu ajikabidhi kwa wanaume bila ya kujali lolote akiwatimizia kila haja bila ya haya wala kinyongo. Lakini harakati zake za kuwaburudisha wanaume mara nyingi hazikumflkisha mbali. Mara kwa mara alijikuta akipewa "kwa heri ya kuonana" na mabwana hao. Wengi waliwarudia wake zao. Wengine walikuwa wameishiwa. Na wengine walikusudia kuziponyesha pesa zao.

Ndivyo Sofia akayachukulia maombi ya "Mzee Kijana" huyu kama tunu aliyotunuliwa bila ya kutazamia. Aliyaona kama mwisho wa matatizo yake na mwanzo wa maisha mapya. Alimtazama tena Proper. Hakuiona dalili yoyote ya mzaha katika sura yake. Kama kweli mtu huyu alikuwa na tatizo lolote, pesa haikuwa mojawapo. Angekubali mara moja. Hata hivyo, alikumbuka hali ya chumba chake, mazingira yaliyostahili jina la plmgo. Ndipo alipomwelezea Proper kwa sauti iliyonasihi:

"Ningependa sana kukukaribisha kwangu. Lakini hali ya chumba kile ... , kwa kweli, hakifai kwa mtu kama wewe."

Proper hakuwa mgeni kwa maisha ya wasichana wengi mjini. Alikwisha waona wengi ambao wawapo mitaani, wanaonekana kama malaika kwa uzuri au malkia kwa mavazi, lakini ufikapo wanakoishi utadhani ni vijakazi. Alimsihi Sofia atoe shaka. Alimwelezea kuhusu misingi yake ya kimaskini. Kwamba ameishi sana 'ghetto' na maisha hayo anayapenda. "Nikiwa Dar napendelea sana kutembelea sehemu za Manzese. Nikiwa Arusha makazi yangu ni Ngarenaro. Na niwapo Moshi, nastarehe zaidi nikiwa Majengo," alimhakikishia. "Hiyo ndiyo sababu iliyonifanya niishi hoteli hii ndogo badala ya kubwa kama Mwanza Hote!!"

Hayo yalimaliza ubishi wa Sofia. Usiku uliofuata uliwakuta Kirumba katika chumba chake.

Chumba kilikuwa katika hali ambayo Proper alitarajia. Rasilimali pekee za muhimu zilikuwa kitanda kikuukuu chenye godoro kuukuu la sufi ambalo halikuwa na haki ya kuitwa godoro; pia kulikuwa na sanduku, meza na sufuria mbili tatu zilizonuna kwa uchafu. Ambacho Proper hakutegemea, ni ukarimu wa kunguni na mbu katika chumba hicho. Walimlaki moja kwa moja bila ya kumpa walao fursa ya kujipumzisha.

Vote hayo Proper alilazimika kuyastahimili eti amependa, kumbe ni uhitaji tu. Alikusudia kujisetiri akisubiri siku kuu iii atimize len go lake. Hakuna askari au mpelelezi yeyote angeyeweza kufikiria kumtafuta pale. Alitarajia wangemtafuta katika mahoteli makubwa na kwenye vitongoji vikubwa vikubwa. Sio kwenye malaya wa hali ya chini kama huyu aliyeishi kwenye mtaa uliosahauliwa kama huu.

Siku mbili zilipita b.ila ya kitu chochote kisicho cha kawaida kutokea. Proper alishinda ndani akijisomea vitabu, naye Sofia alijishughulisha kutafuta vyakula na vinywaji. Sofia alikuwa akipewa pesa zilizozidi mahitaji yake ya kawaida. Proper alikuwa amemruhusu kununua mavazi mapya. Hali hii ngeni ilimuinua Sofia, akawa anapepea mfano wa kishata. Nafasi yoyote iliyojitokeza, ilitumiwa kufanya mapenzi. Sofia alijitia kila juhudi kumridhisha Proper. Hakuweza kuutambua unafiki wa Proper, akazidi kutekwa akili na vitendo vya mtu huyu. Hata hivyo, sauti nyingine ilimnong'onezea atahadhari.

Jioni ya siku ya tatu, mambo yalianza kwenda mrama. Sofia alirejea kutoka mjini na gazeti mkononi. Alimfuata Proper aliyelala chali kitandani na kumfunulia ukurasa wa tatu ambao ulikuwa na picha sita chini ya kichwa cha habari kilichosema:

"TANGAZO LA POLISI

JIHADHARI NA MTU HUYU- MARA UMWONAPO IARIFU POLISI. ANATAFUTWA KWA MAUAJI YA WATU WENGI NA ANA WEZA KUUA WAKATI WOWOTE."

Proper alilisoma haraka haraka. Kisha alizitazama picha hizo kwa makini. Moja ilikuwa yake halisi. Zilizosalia zilikuwa picha za kuchora. Zilikuwa iimechorwa kwa namna mbalimbali kuonyesha nywele zote; nyingine ilichorwa na madevu mengi, nyingine kavaa miwani na kadhalika. Ni moja kati ya picha hiyo ambayo ilikuwa imefanana kikamilifu na sura aliyokuwa akiitumia sasa. Alijitia utulivu na kumgeukia Sofia na kumwuliza kwa upole, "Ni hii tu uliyoiona habari ya maana katika gazeti lote?"

"Hapana. Nilitaka kukuonyesha huyo mtu. Naona mmefanana naye sana."

"Tumefanana!" Proper alijitia mshangao. "Mimi na huyo anayetafutwa kwa mauaji? Haiwezekani."

"Mmefanana sana. Nadhani ni wewe." "Usiwe mjinga Sofia."

"Kweli. Hata yule rafiki yangu aliyekuja hapa jana amesema hivyo.

Labda ungesoma hapa chini uone."

Proper alianza 'kusoma kifungu hicho kilichoandikwa kwa herufi za mlazo.

Mtu huyu hatan' anatakiwa mapema mno. Zawadi ya shilingi laki nne itatolewa kwa yeyote atakayewezesha kupatikana kwake. Inaaminika kwa sasa yuko Mwanza au mikoa jirani. Unaonywa tena kujihadhari naye ...

"Ni wewe Beka?" Sofia alimkatiza.

"Sio mimi". Sauti ya Proper bado ilikuwa ya utulivu mkubwa. "Kwani unanionaje mimi, naweza kuwa mwuaji?"

"Hapana, lakini hiyo picha" ...

"Achana na picha hii. Huoni kama imechorwa tu? Usiwe msichana mjinga Sofia. Mimi ni mtu ninayeheshimika sana huko kwangu. Wasichana kama wewe, wazuri zaidi yako, ninao kama ishirini hivi ambao wanalipwa mshahara mzuri kutoka katika mfuko wangu. Na wanaume wengi wasiopungua mia, wote wako chini yangu. Wote wananiheshimu. Au kwa kuwa niko nawe katika chumba hiki hafifu ndipo umefikia hatua ya kuniita mwuaji?"

"Sivyo mpenzi, ila ... "

"Ila ... "

"Nina mashaka yule rafiki yangu amekwenda polisi. Laki nne sio pesa ndogo."

"Polisi. Akiwaleta hapa, wakinikuta mimi watamtia ndani kumfunza adabu. Ondoa hofu, Sofia. Njoo kitandani, tujipumzishe. Lete ulimi ... "

Sofia alisongeza shingo. Hakutarajia radi iliyompiga ghafla.

Lilikuwa pigo kali jepesi ambalo lilitua katika shingo hilo na kulivunja kabisa. Sofia hakujua kapigwa na nini. Wala hakuona ugumu wa kufa. Alianguka chini na kupapatika kwa muda na kukata roho.

Proper alifanya kazi haraka haraka. Aliuzoa mzoga wa aliyekuwa Sofia na kuulaza kitandani. Akaufunika vizuri kwa shuka. Kisha alikusanya vifaa vyake na kutoka nje. Giza lilikuwa limeanza kutanda. Hakuona haja ya kujificha kama alivyotegemea. Aliifuata polepole barabara iendayo mjini. Alipofika Mabatini, alisimamisha teksi na kuingia.

Dereva wa teksi alikuwa kijana wa Kiarabu mwenye ndevu nyingi. Alimsalimu Proper kwa adabu, kisha akamwuliza wapi anakotaka kwenda. Proper hakumjibu kwa maneno bali kwa kitendo fulani. Aliudidimia mkono wake kalika begi na kulOa baslOla. Aliigandamiza ubavuni mwa kijana huyu.

"Ukifanya ujinga utapoteza maisha. Nataka gari hii ifuate matakwa yangu. Haya endesha hadi nitakapokuambia wapi uelekee."

Huku akitetemeka, macho yakiwa yamemtoka, kijana huyo alilitia gari mota na kuliondoa.

Sura Ya Kumi na Moja

❝It's him, It's him. That's his style!" Kombora alifoka. Kisha alijisahihisha haraka na kusema polepole: "Ndiye. Bila shaka ni yeye." Macho yake yalikuwa yakiwatazama wasaidizi wake wawili ambao waliketi mbele yake kimya wakimsikiliza.

Walikuwa wakiijadili taarifa ambayo ilikuwa imewafikia kutoka Mwanza muda mfupi uliopita. Taarifa hiyo ilielekezea mtu mmoja ambaye alijua alikojificha mtu huyo anayesakwa. Mtu huyu aliyetoa habari alisema kuwa huyu atafutwaye amejificha kwa mwanamke fulani. Lakini makachero walipoivamia nyumba hiyo, waiiambulia maiti ya mwanamke aliyelala chali kitandani. Tayari mhusika mkuu alikuwa ametoweka. Ushahidi uliopatikana ulielekezea kumhukumu zaidi huyu mtu wa hatari. Waligundua baadhi ya vifaa vyake na maandishi ya kijasusi. Mambo mengi yalishindana kichwani mwa Kombora.

"Ni yeye. Msimwache aponyoke," alisisitiza.

"Hakikisheni yeye au maiti yake inapatikana kabla ya kesho." Na kila baada ya kila nusu saa aliulizia maendeleo ya kazi hiyo.

Ilikuwa alfajiri ya siku ya pili alipopata taarifa hii nyingine alipokuwa ameketi na wasaidizi wake wakiijadili. K wamba teksi moja aina ya Peugeot 504 ilikuwa imeokotwa katika mapori ya Ngara mpakani mwa Rwanda na Burundi kando'ya barabara ielekeayo Burundi. Dereva wa gari hiyo aliokotwa akiwa taabani bin mahututi. Hivyo hakuwa na chochote cha kueleza alipoulizwa vipi gari liliweza kuvuka vipingamizi vyote vya barabarani kutoka S~ngerema, Geita, Biharamuro hadi kufika Ngara. Lakini baada ya matibabu, aliweza kueleza kuwa gari lake lilitekwa na mtu mrrioja ambaye alikuwa akienda Burundi. Kwamba, mtu huyo alimpiga kwa dhamira za kuua, huenda alimwacha hai kwa kukosea tu akidhani kuwa tayari amemua. Dereva huyo alipoonyeshwa picha ya Proper alizitambua mara moja.

102

"Ni yeye", Kombora alirudia tena. "Lakini ni kitu gani kimempeleka huko mpakani?"

"Ametoroka afande," mmoja wa wasaidizi hao alimjibu.

"Ameona mambo yamemzidi kimo. Akifika Bujumbura atapata usafiri ambao utamtoa nje ya Afrika mapema awezavyo."

Kombora aliflkiri kwa muda kabla hajasema, "Labda". "Hata hivyo, mimi sioni kama kwamba mtu huyu ametoroka. Sio mtu wa kukata tamaa mapema. Huyu mwenda wazimu anakusudia kufanya unyama wake kwa vyovyote vile."

"Mambo yamemzidi kimo, afande."

Hata hivyo, sioni kama ana haki ya kuvuka mipaka ya nchi hii salama. Alikuwa mtu wa kufa. Na nitahakikisha kuwa serikali ya Burundi inampata arejeshwe hapa kusubiri kitanzi."

Kombora alikuwa akiilaani bahati yake kimoyomoyo. Alijilaumu kwa kutangaza picha za mtu huyo gazetini. Ingawa hiyo ilikuwa njia yenye uhakika, lakini kwa polisi aliyehitimu, kitendo hicho huwa cha mwisho katika harakati za kumpata mtuhumiwa. Kltendo hiki mara nyingi humfanya mtuhumiwa kujiandaa kwa mbinu mpya. Ama, mtu kama huyo huweza kutenda uovu zaidi usiotazamiwa. Kombora alifahamu kuwa, kufa kwa mwanamke yule, na kuponea chupuchupu kwa dereva yule, ni matokeo ya picha hizo zilizotokea gazetini. Kombora aliona kama kwamba kitendo chake kimehusika na kifo cha mwanamke huyu. Angejitakasa tu kwa kumnasa Proper au kwa kumfumua kichwa chake "kibovu" kwa risasi.

Aliufikia uamuzi wa kuzitangaza picha hizo baada ya kuona siku ya mkutano ikikaribia bila ya mtu huyu hatari hajakamatwa.

"Pengine imesaidia," Kombora aliwaza.

"Kwa hiyo tuseme mtu wetu yuko Burundi," alisema baadaye Wasaidizi wake wakaitikia kwa kutikisa kichwa.

"Hata hivyo, nataka ulinzi uzidi kuimarishwa hadi baada ya mkutano. Makachero wengi zaidi watumwe Arusha. Na msako wa mtu wetu uendelee kama awali. Sina imani na mtu mwehu kama

103

yule hata chembe. Aweza kuwa popote na akathubutu kufanya chochote ...'

***

Arusha, maandalizi ya mkutano huu yalikuwa yamepamba moto Zikiwa zimesalia siku chache wageni mashuhuri waanze kuwasili viongozi wa chama na serikali walikuwa kazini usiku na mchana.

Walijitahidi kuhakikisha kwamba hakuna lolote ambalo lingeweza kuuchafua mkutano huu ambao uIiltusudia kuiandika upya historia.

Hoteli ya Mount Meru iliandaliwa kwa uangalifu mkubwa. Tafrija zilikuwa zimepangiwa kuwa katika hoteli hii. Wajumbe wangeenda baadaye katika jengo la mikutano la kimataifa (AICC) kuhudhuria kikao. Usafi wa bali ya juu ulidumishwa. Maua ya aina aina yaliyapamba mazingira ya hoteli hii. Bendera za nchi tofauti zilipepea kutangaza ukamilifu wa matayarisho bayo.

Vinywaji na chakula viliandaliwa kwa uangalifu mkubwa kulingana na mahitaji ya kila kiongozi na ujumbe wake. Wataalamu na wapishi na wachanganyaji vinywaji stadi walipewa maagizo kwa tafsili. Wahudumu walioteuliwa kwa uangalifu mkubwa walikuwa tayari kutekeleza wajibu wao. Sura zao na umbo lao lingeweza kumridhisha na kumsisimua yeyote.

Kati yao alikuwa Nuru, msichana ambaye aliumbwa akaumbika.

Msichana huyu aliumbwa kwa njia ambayo haingeweza kupambanuliwa kwa urahisi. Sio mfupi wala mrefu, sio mnene wala mwembamba, alikuwa kati kama aliyepimwa kwa mizani ya kipekee. Sura yake pia ilitatanisha. U mtazamapo, utashindwa kusema moja kwa moja kama ni binti wa Kiajemi, Kihindi, Chotara wa Kizungu au Bantu halisi. Mtazamo wake, mcheko wake, kuzungumza kwake, mwendo wake; kila kitu kiliwatoa jasho watazamaji wake. Baadhi ya watu walidiriki kutamka kwamba hakuwa binadamu wa kawaida. Eti alikusudiwa kuwa malaika, likatendeka kosa la kumleta duniani.

Kwamba, kosa kama hilo hutendeka mara moja katika kila miaka mia moja duniani.

Mengi uedi yalisemwa juu ya Nuru. Sifa hili zilimwingia kichwani. Wengi wangetamani kumchumbia laijoi hakuna aliyefua dafu. Na kuna bata Mashekhe waliokuwa tayari kuwapa talaka wake zao kwa ajili ya msichana huyu. Msichana huyu ukakamilisba miaka ishirini na mitano bila ya mume wala mchumba. Nuru hakwnuona yeyote ambaye angemstahili. Wenye pesa aliona adabu zimewalemea. Wenye vyeo, aliwaona wanaftki. Kwa muda mrefu, akaendelea tu kuwa Nuru mwenye 'kiburi' japo alicheka na watu kama kawaida.

Nuru aliajiriwa kama Katibu Mahsusi wa mmoja wao wa wakubwa katika hoteli hii. Lakini umbo lake lilimfanya ateuliwe mara kwa mara, kuwahudumia wageni wa kimataifa walioflka hapa. Viongozi ni watu, hawana roho za chuma wala macho ya shaba, wanajua uzuri na kuuthamini. Nuru ana uwezo wa kumsahaulisha yeyote matatizo yake. Huwafanya viongozi wanaohudumiwa watabasamu kwa dhati. Sio lile tabasamu la "kisiasa", lililojaa uzandiki. Mwanadada huyu atoapo kinywaji, hakuna anayekikataa.

Jioni hii alikuwa amemaliza shughuli za kutwa nzima na kuanza kujiandaa kutoka. Aliamua kufuata ngazi badala ya kuterernka kwa lifti. Alipokuwa akimaliza ngazi na gorofa ya tatu, alikutana na kijana huyu, Duncan Adolf. Alikuwa mpangaji ambaye amekuwa hotelini hapo kwa wiki nzima sasa. Lakini alivyoondokea kuzoweana na kila mtu hotelini hapo ilikuwa kama kazaliwa papo hapo. Wafanyakazi kwa wageni wote alizungumza nao vizuri, kila mmoja akipenda kumsikiliza. N aye Duncan alikuwa mwingi wa maongezi. Alio~gea juu ya kila kitu; uchumi, vita, utamaduni, starehe na kadhalika. Alionekana mwenye upeo mkubwa wa elimu katika kila fani.

Ilisemekana kuwa Duncan alikuwa rnzaliwa wa Uingereza ambako baba yake aliishi tangu ujana wake. Kwamba Duncan alikuwa ameamua kuja nyumbani kutazama uwezekano wa kuanzisha kiwanda cha utengenezaji wa vipuli vya magari. Mradi huo walidai ungeendeshwa na Duncan mwenyewe kwa pesa zake ambazo alipewa na baba yake, ambaye ni tajiri sana. Nuru hakupata kumsikia Duncan mwenyewe akisema hayo. Lakini kwa jinsi alivyomwona, mambo hayo hayangekuwa mbali sana na ukweli.

Alikuwa na sura yenye dalili za µtulivu, sauti yake ikionyesha uridhivu wa moyo na mwendo wake ukitangaza uthabiti wa nia. Sifa za mwanamume huyu zilimvutia Nuru. Hakumbabaikia kama wanaume wengine .. Vfalipokuwa pamoja, maongezi yake yalikuwa ya kawaida. Awali, Nuru alimchukia Duncan kwa kutoonyesha nia yoyote. Lakini baadaye alimpenda na kumtamani. Alirnhusudu Duncan na husuda ilizaa mapenzi. Na penzi hilo likawa la up an de mmoja, likaumiza kama jeraha lisilo na dawa. Penzi lilirnchoma Nuru, "Kwa nini kijana mwerevu kama huyu hawezi kuona kuwa nampenda?" alijiuliza kirnoyomoyo.

"Salama tu, za kwako bibie?"

Ndipo Nuru alipong'amua kuwa alikuwa amemsalimu Duncan bila kutegemea.

Si vizuri msichana kuanza kumsalimu mvulana mara kwa mara; aliwaza kwa haya kidogo. "Siyo mbaya," akamjibu.

Kama kawaida macho ya Duncan yalikuwa yakimtazama kwa tabasamu; kama yanayosoma kila wazo katika flkra za Nuru. Lakini, yanaona? Nuru alijiuliza akitabasamu kidogo. Pengine yanaona! aliwaza alipoona Duncan akilijibu tabasamu hilo na kumshika mkono na kusema polepole.

"Naona unatoka zako. Bi. Nuru. Sijui itakuwa adabu kuomba nikaribishwe nyumbani? Nimechoshwa na maisha ya hot eli usiku na mchana."

Ingawa Nuru alifurahishwa sana na ombi hilo, lakini hakulitegemea. Hata hivyo, alijikumbuka na kujibu haraka haraka:

"Karibu wakati wowote, isipokuwa leo tu."

"Kwa nini isiwe leo? Nilisoma mahala fulani ambapo Mwalimu Nyerere alisema linalowezekana leo lisingoje kesho."

"Ndio, ndiyo," Nuru alijibu. "Lakini leo imekuwa ghafla mno.

Itabidi nijiandae ..."

"Ujiandae? Humkaribishi rais wala waziri nyumbani kwako. Ni kijana mmoja asiye na hili wala lile."

"Hata hivyo ..."

Maongezi hayo yalikoma Duncan alipocheka ghafla na kusema polepole, "Usijali. Siwezi kuk utembe lca ghafla kiasi hicho. Tutapanga baadaye. Au sivyo?" akauachia mkono wa Nuru na kuuhamishia begani. "Samahani kwa kukuchelewesha. Kesho tutazungumza kirefu. Kwa sasa nadhani tuagane."

Nuru aliteremka ngazi polepole, moyo ukiwi umejaa furaha na faraja. Mguso wa Duncan ulikuwa kama ulioacha kitu fulani katika nafsi yake. Sauti ilikuwa kama kinanda kinachoburudisha ftkira zake. Alitamani arudi nyuma aendelee kumsikia akiwa ameshikwa mkono. Hata hivyo, alijikaza kisabuni, akamaliza ngazi na kuliendea gari ambalo lilikuwa likimsubiri. Alipoingia garini, lilitiwa moto na kuelekezwa Sanawari ambako alikuwa akiishi katika moja ya majumba ya Shirika la Nyumba. Gari lilirnteremsha mlangoni na kuendelea na safari yake.

Mara Nuru akamwona tena mzeeyule. Akakumbuka kuwa leo ilikuwa mara ya pili kila atokapo kazini, humwona mzee huyu kasimama upande wa pili wa barabara akimtazama. Mzee mwenye kichwa ambacho nusu ya nywele zilimezwa na mvi na kidevu chenye nc,ievu fi,lpi nyeusi. Kilichomfanya Nuru amtie akilini mzee huyu ni mavazi yake. Alikuwa kavaa suti nyeusi ambayo kutoka mbali ilidhihirisha kuwa ilikuwa imegharimu pesa nyingi. Alimtazama mzee huyo kwa mshangao kidogo kisha alitoa ufunguo wake na kujishughulisha na kufuli. Mlango ulipofunguka, alimtazama tena mzee yule. Akashangaa kumwona akivuka barabara kumjia, mkononi akiwa oa timbo ya kutembelea ambayo ilimsaidia kuuvuta mguu wake mmoja ambao ulionekana mbovu. Nuru hakudhani kama mzee huyu alikuwa akimfuat:t yeye, hivyo aliingia zake ndani na kujitupa chali juu ya kochi lake refu.

"unataka nini?"

"Kukuona tu. Hujui kuwa umeumbwa vizuri kuliko binadamu wote niliopata kuwaona?"

"Toka nje! Nani kakuruhusu kuingia?"

"Niruhusu nikutazame mara moja zaidi. Sio mzaha ninapokwambia kuwa uzuri wako hauna mfano wake. Ulimpa nini Mungu hata akakupendelea kiasi hicho?"

Alisema hayo akijiweka juu ya kochi lilomwelekea Nuru na kupapasa mifuko yake ambamo alitoa sigara, akaiwasha na kuanza kuivuta kwa utulivu.

Utulivu mkubwa ambao ulizidisha hofu na mshangao wa Nuru.

Mtu huyu ni nani? Na anataka nini kwangu? alijiuliza kimoyomoyo. Zaidi ilimshangaza kwa kutofahamu kitu gani basa kilichokuwa kikiujaza moyo wake hofu mbele ya mtu huyo ambaye alionekana mstaarabu mwenye sura iliyoficha utajiri mwingi, au cheo kikubwa, ama vyote pamoja.

Mgeni huyu alikuwa akiyasoma mawazo yote ya Nuru. Rohoni kicheko kikubwa kilikuwa kikichanua. Nuru angefanya nini kama angefahamu kuwa yeye hakuwa mwingine zaidi ya mtu yule ambaye Kombora na jeshi lake lote la polisi lilikuwa likimtafuta kama chawa na kumwombea mauti kama watu waishio jangwani waombavyo mvua. Hakuwa mwingine zaidi ya Proper.

Kuwa kwake hapa aliamini ilikuwa siri yake binafsi. Tayari alikuwa amewapumbaza polisi kwa kujifanya amekimbilia nchi jirani. Bill! shaka waliamini kuwa alivuka mpaka na kwenda zake Burundi baada ya kumuua yule mwanamke malaya ambaye alimhifadhi. Na wataendelea kuamini kuwa yule dereva aliponea chupuchupu. Hawatashuku kuwa alimwacha hai iii awe shahidi ambaye angefanya kazi ya kuwarahisishia polisi kumtambua na kuwahakikishia kuwa alitorokea Burundi.

Hakwenda Burundi na wala asingeenda Burundi. Alichofanya

ilikuwa hila ya kumpumbaza Kombora iii alegeze ulinzi wake hapa Arusha baada ya kudhani kuwa alikuwa amekimbia. Hivyo alitafuta usafiri mwingine uliomrejesha Mwanza mjini ambako alitumia ujuzi wake usio na mashaka kujibadili. Kisha akaja Arusha ambako rayari amejiandaa kikamilifu kwa kazi yake. Kazi ambayo alikuwa amedhamiria kuifanya Kazi ya kuhakikisha marais wasiopungua kumi, mawaziri wao zaidi ya hamsini na makatibu wasio na idadi wakianguka na kufa mmoja mmoja, hadharani.

Msichana huyu alikuwa na bahati mbaya sana. Uzuri wake ulikuwa umemponza. Ni mkono wake utakaotumika kuyateketeza maisha ya viongozi hao. Proper alikuwa amemchunguza kwa muda mrefu, baada ya kukusanya taarifa za watu wake ambao humuuzia habari. Watu ambao kwa sasa hawakujua kama bado yuko nchini au duniani.

Itakuwa kazi rahisi...

"Unataka nini?" Sauti tamu ya Nuru ilimzindua.

"Kweli!" Proper alijitia mshtuko. "Tafadhali usinifikirie kuwa mimi ni mzee mhuni. Kama nilivyosema awali sura yako nzuri ndiyo iliyonivutia. Haja yangu ni kukuona tu... " Nuru alifungua mdomo iii atie neno. Mgeni wake alimkatiza kwa kusema:

"Usiwe na haraka bibie. Usiseme neno ambalo utalijutia baadaye.

Ningeomba unielewe kuwa mimi ni mzee asiye na hatia yoyote. Sina wazo lolote baya juu yako. Nitakuambia ukweli ambao sipendi kuusema kwa mtu yeyote. Si unaliona hili jicho langu moja? Pamoja na mguu mmoja? Basi waliniharibia mguu na jicho langu hilo la pili. Walinifanyia ukatili mwingine ambao hausahauliki. Walinivua nguo na kuukata uume wangu."

Ilikuwa sauti ya kusikitisha. Sauti iliyobeba kila chembe ya majonzi na simanzi. Ikamtia Nuru huzuni hata akajikuta akimtazama mgeni huyo kwa nia ya kumsaidia.

"Kwa kweli ni habari ambayo sipendi kumsimulia mtu yeyote. Ni msiba ambao daima umehifadhiwa katika roho yangu.

Nimekusimulia ili tu usiniflkirie kama mmoja wa wazee waroho amhao vijana mnawaita Sugar daddy. Nia yangu ni. kuwa nawe kwa vipindi . fulani fulani tu. Unajua mtu aliyenyang'anywa nusu ya uhai wake alivyo."

Nuru hakujua ajibu nini. Hivyo alikaa kimya akimtazama mzee huyu kwa huruma. Mzee ambaye alitabasamu kwa namna ya kujifariji kisha akasema;

"Isikushtue sana habari hii bibie. Ni tatizo langu binafsi a~balo nimelizoea baada ya kuwa nalo kwa miaka zaidi ya ishirini sasa. Jambo ambalo limefanya utajiri wangu wote uwe hauna thamani yoyote. Kwani kila mtu ananishakia kwa kutoniona hata mara moja na mwanamke yeyote japo ni wengi wanaonimezea mate. Basi bibie, II}.oja kati ya mambo ambayo nitakuomba endapo itawezekana ni safari. Ningependa kusafiri nawe kwenda nchi za Magharibi ambako kuna miradi yangu. Raflki zangu huko wakiniona na mtu kama wewe walao kwa woo moja tu watabadili mawazo juu yangu. U nasemaje bibie?"

Nuru aliposita mzee huyu alitabasamu na kusema: "Usijali. Sikutegemea jibu la haraka kiasi hicho."

Kisha yalifuata maongezi ya kawaida. Nuru alijikuta akisahau hofu yake juu ya mzee huyu na kuanza kurnzoea. Ikamshangaza kuona rnzee alivyo mwingi wa maongezi matamu.

Baada ya muda aliinuka na kuaga. Mlangoni alisimama na kumgeukia Nuru. "Sio ustaarabu kuzungumza na bibi mzuri na mkarimu kama wewe kisha niondoke bila ya kumwachia zawadi yoyote. Hasa nikikumbuka kuwa kwa miaka ishirini iliyopita, hajatokea mwanamke ambaye aliupoteza muda wake kunisikiliza."

Mkono ulitoka mfukoni na kijisanduku kidogo ambacho alikifungua na kutoa kidani cha kuvutia. Kilikuwa kikimeremeta kwa madini ya thamani kubwa, pengine mchanganyiko wa almasi, dhahabu na Tanzanite.

"Tafadhali pokea," alisema akimpa Nuru.

"Na nakuomba unifanyie hisani ya kuuvaa kuanzia leo hadi hapo tutaka poagana."

Nuru alipokea na kukitazama kwa mshangao na tamaa. Hakujua alikuwa kapokea kitu gani.

***

Usiku ulimkuta Nuru bado kaduwaa, hajui lipi anawaza, lipi anataka. Mkononi alikuwa na kile kidani cha thamani alichopewa na yule mzee tajiri. Mara kwa mara alikitazama, hali hakioni. Fikra zake zilikuwa maili kadhaa wa kadhaa nje ya chumba hicho. Zilikuwa zikiitazama kwa namna ya njozi safari yake huko ughaibuni, katika nchi kubwa kubwa na miji mashuhuri. Miji ambayo hakuwahi kuota kama angeweza kuikanyaga. Alijiona akitembea, mji baada ya mji, bega kwa bega na mzee huyu chongo na nusu kiwete. Alitarajia kuiona miji yote mizuri, alitarajia pia safari ya kusisimua na kila aina ya starehe ikimwandama. Lakini hakuhisi kama atapata raha katika msafara huo. Ni upungufu wa hisia hizo, uliomfanya ajiulize kama tukio la kutembelewa na mzee huyo, pamoja na lile ombi au pendekezo la kwenda naye nje, ilikuwa bahati au balaa.

Ndiyo, mzee alikuwa na dalili zote za utajiri, wala hakuwa na dalili yoyote ya ubahili. Ni dhahiri kuwa mwisho wa safari hiyo Nuru asingeendelea kuwa Nuru yule yule kiuchumi, aliwaza. Hata hivyo bado hakujisikia kulisherehekea pendekezo hilo. Iilimtisha badala ya kufurahisha, likambabaisha badala ya kumburudisna. Laiti pendekezo hilo lingekuwa limetolewa na yule kijana... nani vile jina lake? Duncan.

Ni hilo lililokuwa limemfanya Nuru achanganyikiwe badala ya kufurahi. Wazo la kwamba Duncan angechukua nafasi ya mzee huyo
na kumwomba chochote au lolote. Angekuwa tayari kufuatana naye hata mwisho wa dunia. Mawazo hayo yalimfanya atokwe na machozi. Hakujua kitu gani kinamliza.

Nuru hakuwa ametoka katika familia tajiri wala maskini. Ilikuwa familia ya kawaida kama nyingi nyingine za hapa nchini. Baba yake alikuwa amefia katika kazi yake ya ualimu wa shule za msingi huko kwao Mbeya. Mama alikuwa mzee amb:lye hakukubali kuitwa mzee, bali aliendelea kulitegemea jembe badala ya kumtegemea Nuru binti wake wa pekee. Elimu ya kidato cha sita na kozi mbalimbali za ukatibu mahsusi ni urithi pekee ambao hayati baba yake alikuwa kamwachia

Nuru. Pesa za kuchezea na starehe za kusisimua ni vitu ambavyo Nuru hakukua navyo. Alivikuta ukubwani. Hivyo havikumbabaisha kama ilivyo kwa wasichana wengine. Kutobabaika huko ndiko kulikomwezesha kuwa huru hadi sasa. Au, tayari angekuwa kashawishika kuwa mke wa meneja fulani au bepari fulani. Alikuwa kaishinda nguvu ya tamaa.

Lakini ulikuwa ushindi usio kamili. K wani mara kwa mara alihisi

kadhulumiwa jambo kimaisha. Kwamba alikuwa hajapata haki yake katika suala la rnapenzi. K wamba han a bahati ya kufuatwa na bwana anayemstahili. Mzee huyo tajiri alikuwa mmoja tu kati ya orodha isiyo na mwisho ya mabwana ambao humfuatafuata. Laiti Duncan angekuwemo katika orodha hiyo ...

Usiku ulipokolea, Nuru alijibwaga kitandani. Rohoni aliuomba usingizi umchukue haraka, na umfanye aote akiwa katika safari hiyo na Duncan, wakielekea popote duniani. Hakuota chochote. Tangu lini mtu akaota hali yu macho?

***

"Mbona hivyo bibie, unaumwa?

Swali lilimzindua Nuru. lngawa Duncan hakujua ugonjwa wake lakini sauti hiyo ilikuwa kama dawa iliyomfanya apo~e ghafla. Alimtazama msemaji kwa haya kidogo huku kitu ambacho asubuhi hiyo hakikupata kuutembelea uso wake kilichijitokeza ghafla na kuchanua. Lilikuwa tabasamu zuri kama tabasamu la Nuru lilivyo.

"Siumwi kabisa kaka Duncan," alijibu baadaye akiyaepuka

macho yake. Kila mtu asubuhi hiyo alikuwa amemuuliza swali hilo. Wote aliwaambia kuwa haumwi ingawa hakuna aliyeelekea kuamini.

"Kama huumwi basi kuna mtu amekuudhi sana. Hana haki ya kufanya hivyo. Ni nani huyo? Au siruhusiwi kuuliza," Duncan aliendelea,

"Wala hamna aliyeniudhi." "Sidhani kama ni kweli."

"Kwelikabisa. Labda ni kwa ajili ya kukosa usingizi. Leo sikulala kabisa."

"Ina maana kuna mtu amekukosesha usingizi. Bado sidhani kama ni haki kwa mtu yeyote kukukosesha usingizi. Nina haki ya kuuliza, ni nani mtu buyo?"

Sauti ya Duncan ilikuwa ya kawaida, yenye mzaha. Hata hivyo Nuru alihisi msisitizo fulani katika sauti hiyo. Akamtazama usoni. Ndiyo, yalikuwa macho ya mtu ambaye hakupata usingizi mzuri vilevile.

Kisha Duncan alicheka na kusema, "Nadhani ungekuja chumbani kwangu muda wa mapumziko dada Nuru. Kuna mengi ambayo ningependa kuzungumza nawe."

Nuru aliitikia kwa kichwa.

Alimkuta Duncan katulia juu ya kochi, mkononi kashika kitabu kinachoitwa The Day of the Jackal.

"Karibu sana."

"Ahsante," Nuru alijibu akiketi juu ya kochi la pili. "Naona un am soma Frederick Forsyth. Watu wanasema yu mtunzi mzuri, lakini mimi hanifurahishi sana."

"Kwa nini?"

"Sijui. Nawapenda waandishi wengine kama Mario Puzo, Dennis Robbins na Harold Robbins zaidi yake."

Maongezi ya vi tabu yalichukua muda. Huyu akimsifu mwandishi yule, huyu akiuliza kama fulani kamsoma fulani, na kadhalika. Kisha yaliingia maongezi ya kawaida. Duncan aliuliza mengi juu ya Nuru na maisha yake. Maswali yake yalikuwa mafupi yaliyohitaji majibu marefu. Kila jibu lilielekea kumsisimua sana Duncan. Mazungumzo kati ya watu hawa wawili yaliibuka kama ambavyo watu waliozoeana kwa muda mrefu, bila kizingizio chochote. Nuru aliyazungumza yale yote ambayo yalikuwa yakingojea fursa kama hii. Mara akawa akisimulia habari za majuzi na jana.'

"Mzee wa ajabu sana."

"Yupi?"

"Yule wa jana. Mtu akufuate ghafla. Akuambie kuwa wewe ni mzuri sana, hii hapa zawadi yako. Akupe mkufu mzuri kama huu, na kukuahidi kwenda naye ulaya."

Akamsimulia Duncan yote kwa urefu. Habari hiyo ilielekea kumvutia sana Duncan. Baada ya maswali mengine mawili matatu juu ya mzee huyo alirnwomba Nuru kumwonyesha mkufu huo. Nuru akauvua na kumpa. Aliuchunguza kwa muda mrefu, akiusifia uzuri na thamani yake. Kisha aliinuka na kwenda chumba cha pili ambacho kina chao na bafu, akauacha huko na kurejea mikono mitupu.

"Mkufu wangu umeusahau?" Nuru illiuliza.

"Hapana nimeuacha makusudi. Unajua mimi kidogo nina wivu?

Nilikuwa sina raha kabisa kuzungumza nawe nikiwa nao mkononi. Najiona kama niliyeachwa nyuma hatua moja na huyo mzee." "Kwa vipi?"

"Mimi sijakuambia lolote ambalo ninakusudia kukuambia huku huyo mwenzangu tayari amekupa zawadi kubwa kama hii na kukuahidi kuzunguka naye duniani."

Nuru akamkatiza kwa kicheko ambacho kilifuatwa na sauti yake nzuri ikisema: "Huna haja ya kuwa na hofu na mzee yule. Sina wazo naye kabisa. Zaidi ya hayo, si nimekuambia walivyomfanya? Hana madhara kwa mwanamke yeyote."

"Usiwe na tabia ya kumwanini kila mzee kwa lolote analosema," Duncan alitahadharisha. "Sasa tafadhali rudia tena hatua kwa hatua ilivyotokea... hat a mkafahamiana na mzee huyo, na yote

114

mliyozungumza." Kwa mshangao kidogo Nuru alirudia hadithi nzima. Baada ya hadithi hiyo, Duncan aliuliza maswali mengi ambayo Nuru hakuuona umuhimu wake. Ilimshangaza zaidi kuona kila jibu likimridhisha zaidi Duncan.

Hatimaye aliinuka kwenda bafuni. Aliporudi alikuwa na mkufu ule mkononi akamkabidhi Nuru huku akisema, "Naona saa yako ya kurudi kazini imewadia. Chukua zawadi yako, lakini tafadhali usiruhusu zawadi hizi zikununue. Jihadhari na wazee wa mjini."

Nuru ali poke a na kuinuka.

Nje ya chumba alisita kidogo. Ndio kwanza akakumbuka kuwa Duncan hakuwa amemweleza chochote ambacho angependa kuelezwa.

Sura Ya Kumi Na Mbili

... "Hapa Afrika, bandari ya Salama."

• "Nani mwenzangu. " ....

"Kigogo hapa ... Napenda kujua kama lile ua bovu mmelichuma tayari. "

"Bado kidogo. Mtaalamu amesema bado anafanya uchunguzi wa mwisho katika mizizi: Mara akikamilisha litang'olewa ... "

"Nataka ling'olewe haraka mbegu zake ni hatari kusambaa. Unajua kesho ni siku ya mwisho? Hakikisha linang'olewa."

"Bila shaka Kigogo. Mizizi tu ilikuwa haionekani vizuri katika darubini, hasa ilipofikiriwa kuwa mbegu zimesambaa ovyo. Sasa mambo shwari. Mtaalamu anaamini baada ya muda mjupi atakuwa tayari kulichuma. "

"Alichume haraka. Alichume kikamihfu. Sitaki lichumwe na mtu mwingine, anaweza kueneza maradhi yakaleta madhara. Over."

'Off and over, Kigogo."

Chombo kilizimwa na kurudishwa katika hifadhi yake. Msemaji aliduwaa kwa muda akifikiri. Kigogo mikono yake ilikuwa ikitetemeka. Sio kazi rahisi, kupewa jukumu la kuua. Hasa kumuua mtu hatari ambaye yu macho zaidi ya simba aliyejeruhiwa. Isitoshe, mtu huyo akiwa rafiki mkubwa, kama ndugu umpendaye, mtu uliyeshirikiana pamoja katika maovu na unyama wa kila aina. Mtu kama huyo, kumwelekezea bastola na kumuua, kwa kuwa tu kapotoka na kuamua jambo ambalo wakuu hawajaliamua! Aibu ilioje!

Kwa hivyo, aliposikia habari ya kutorokea Mwanza kwa mwenzake, aliona kama bahati njema irnemwangukia. Iwapo huyu aliyeamuriwa kumuua ametorokea huko na kuvuka mpaka, hatabeba jukumu la kumuua tena. Jukumu hili litawahusu wengine walioko huka aendako. Lakini mara wapelelezi wakaleta habari kwamba amerejea na yuko Arusha tayari kwa kusudio lake la kikatili. Ndipo alipowaarifu wakubwa. Nao wakainwamuru kumuua. Hakuwa na la kufanya zaidi ya kutekeleza. Akainua simu na kuzungusha namba fulani. Ilipopokelewa aliuliza, "Mmempata alipo?"

alishinda kwa furaha kubwa kinyume cha alivyokuwa kabla ya maongezi na Duncan.

Alikuwa bado na furaha hiyo alipoingia ndani na kulitupa begi lake juu ya meza. Mkono wake wenye uzoefu ulipenya kiza na kuifikia swichi ya umeme. Akaibonyeza. Nyumba nzima ikamezwa na nuru nzito ya rangi ya buluu iliyokuwa ikitoka katika taa zake. Akavuta swichi yake ya kamba na kuifaIlya nuru hiyo ya buluu itoweke na nyeupe kuchukua nafasi yake. Ni katika nuru hiyo alipoweza kumwona mgeni wake ambaye aliketi kwa utulivu juu ya kochi akimtazama, uso wake ukaonekana kama wa mtu anayetabasamu.

Nuru aligutuka karibu akimbie. Hakujua ulikotokea uwezo ambao ulimfmya asite kukimbia na badala yake afoke kwa sauti ambayo ilitoka kama mnong'ono. "Nani wewe? Na umeingiaje humu?"

Mgeni huyo alicheka kidogo. Kisha alimwuliza kwa upole, "Umenisahau mara hii? Hukumbuki kuwa jana tu tulikuwa wote humu humu ndani na tukapeana zawadi? Mkufu huo uliovaa ... "

Nuru hakuyaamini macho yake. Aliyekuwa mbele yake hakuwa yule mzee wa jana. Alikuwa mtu mwingine kabisa. Mtu mwenye sura nzuri, yenye dalili za ujana. Zaidi, hakuwa na jicho moja wala mguu mbovu. Alikuwa na viungo vyake vyote, bila kovu wala dosari yoyote. Alivaa suti ya kijivu ambayo ilimkaa vyema mwilini. Haiwezekani! Nuru ali.waza. Huyu hawezi kuwa yule mzee wa jana.

Mgeni huyu alikuwa akiyasoma mawazo ya Nuru. "Huamini sio?" aliuliza. "Lazima ufahamu kuwa katika dunia hii kuna watu wa kila aina. Wako wanaoishi maisha ya kawaida, na kuna wanaoishi maisha yasiyo ya kawaida. Wengine wanalazimika kutumia sura nyingi na majina mbalimbali, ili waishi. Mimi ni mmoja wao. Jana nilikuwa mzee mkongwe, mwenye chongo, leo ni kijana mzuri anayekufaa. Au sio?" alimaliza akicheka.

Ni kicheko chake ambacho kilimfanya Nuru aafikiane naye mara moja. Kilikuwa kile kile cha jana, kicheko ambacho kwa namna moja au nyingine hakikuwa cha kawaida. Kilikuwa kama kinachoficha uovu na ukatili fulani. Jambo ambalo lilimfanya Nuru ashikwe na hofu.

"Sasa unataka nini?" alijitahidi kufoka. "Sidhani kama nahitaji uhusiano na watu wenye tabia kama zako. Chukua mkufu wako uondoke."

"Usijisumbue kuuvua," mgeni huyo alisema. "Hiyo ni zawadi yako. Bado nakupenda," alicheka. Masikioni mwa Nuru kilikuwa kicheko cha kifedhuli. "Kuna jambo ndogo," aliendelea. "Nina kazi ndogo sana yenye faida kubwa sana. Lakini kabla ya kazi hiyo nitapenda unieleze kikamilifu ni nani mliyekuwa mkizungumza naye leo hii chumbani kwake, pale hotelini."

Nuru hakutaka kuendelea kuzungumza na mtu huyu. Aliona kama kwa namna moja au nyingine mtu huyu angemletea madhara au maafa. Kwa nini alazimike kutumia sura za bahdia? Na aliingiaje humu ndani? "Sikia," alifoka kwa nguvu. "Sitaki kuzungumza nawe. Toka haraka kabla sijakuitia polisi."

"Naona hujafahamu mimi nani," mgeni huyo alisema akiinuka na kumsogelea Nuru. Ndio kwanza Nuru akaiona bastola ambayo ilikuwa wazi mkononi mwake ikimwelekea. "Endapo utawaita polisi, watakachofanya ni kuizoa maiti yako na kuipeleka hospitali Mount Meru. Sasa utayajibu maswali yangu yote kwa adabu."

Ilikuwa mara ya kwanza kwa Nuru kuelekezewa bastola. Ingawa amesoma matukio ya aina hiyo mara nyingi na kuona katika picha za sinema wasichana wenzake wakiuawa kwa bastola, hakuona au hakuamini kuwa siku ya leo ilikuwa ya mwisho katika maisha yake. Aliuona kama mchezo au mzaha wa kuchukiza. Hivyo aliruka kando na kuinua stu Ii ndogo ambayo aliirusha kwa nguvu kumwelekea mgeni huyo. Ikamshangaza kuona mgeni huyo akiidaka kama mchezo na kui~ua chini kwa utulivu. Wakati huo huo Nuru alipokea kofl kali ambalo lilimtia mweleka. Alipojaribu kuinuka alirudishwa chini kwa kofi jingine. Maumivu yalikuwa makali, lakini Nuru alishangaa kuona machozi yakigoma kumtoka.

"Sipendi kukuumiza bibie," mgeni huyo alisema akimwinua Nuru na kumweka juu ya kiti. "U msichana mzuri sana. Sura yako haifai kuharibiwa kwa makofi. Keti tuzungumze kama watu wenye busara". Alimalizia akiirudisha bastola yake katika mfuko wa koti na kukirudia kiti chake. "Napenda uniambie ni nani huyo kijana anayeitwa Duncan ambaye alikuchukua chumbani kwake."

"Simfahamu vizuri," Nuru alijibu. "Anafanya kazi hapo hotelini?"

"Hapana. Ni mgeni" "Alifika lini?"

"Ana muda mrefu kidogo."

"Alisema nini juu ya kidani hiki nilichokupa?" "Hakusema kitu isipokuwa, alikisifia tu.'

"Kuna wakati mlikiondoa kidani na kukiweka kando. Mlifanya hivyo kwa nini?"

Nuru akaanza kurudiwa na hasira. "Kwani sina haki ya kukivua?

Tulikiondoa ili tufanye mapenzi. Tuliona kinatusumbua," alisema kwa dhamira ya kumwudhi. "Kama hupendi ondoka nacho, sikihitaji. "

Mgeni alifikiri kidogo kabla ya kuuliza tena. "Una hakika huyo Duncan alipokitoa hakuzungumza chochote akipeleleza juu yangu au juu ya kidani hiki?"

Nuru hakukumbuka kitu hicho. Alichokumbuka ni kwamba katika maongezi ya jana sauti ya Duncan llikuwa ya kawaida bila dalili yoyote ya kujua mengi juu ya mkufu huo.

Mgeni aliyasoma hayo katika uso wa Nuru. Akaridhika. "Wala hakukuonya usikivae tena?" akauliza.

"Aliniambia nikurudishie. Kwa hiyo chukua uondoke. Nataka kulala mapema," Nuru alifoka.

"Kweli," mgeni huyo aliunga mkono. Akacheka kidogo kabla ya kusema: "Hi. Nuru, tafadhali yasahau yote yaliyopita kati yetu. Ulikuwa mzaha tu. Nadhani utanisamehe nikikupa hii?" Aliutia mkono wake mfukoni na kuutoa. Ulikuwa umeshikilia kitita cha pesa. Hazikuwa chini ya laki mbili. "Tafadhali pokea."

Pesa ni pesa. Zina nguvu na starehe yake. Zinashawishi ... Lakini hizi zilimtisha Nuru. Kuzipokea ilikuwa kama kupokea nauli ya kuendea kuzimu. "Mara ngapi nikuambie kuwa sihitaji chochote kutoka kwako?" alifoka. "Ondoka na pesa zako. Zinanuka."

"Zipokee. Kama hupendi ni juu yako. Lakini hizo sikupi bure.

Ni malipo kwa kazi ndogo ambayo lazima uifanye kesho mkutanoni." Aliingiza tena mkono wake mfukoni na kutoa kopo la poda ambalo lilikuwa limefungwa katika mfuko wa nailoni. "Hii ni zawadi yako nyingine. Poda ya aina yake. Wewe utakuwa mtu wa pili katika nchi hii kuitumia. Hata hivyo utawajibika kuitumia kwa uangalifu sana ukifuata maelekezo yangu. U nanisikia?"

Nuru alitikisa kichwa.

"Nisikilize kwa makini. Kesho ~takwenda na poda hii kazini, ikiwa ndani ya pochi yako. Utakapowadia wakati wa kuwapa wageni vinywaji ndipo utapokwenda bafuni na kuifungua poda hii. Jipake ya kutosha usoni na mikononi. Kisha utarudi na kuanza kuwahudumia waheshimiwa. Hakikisha mikono yako inagusa karibu kila kikombe. Sawa?"

Hofu na mshangao vilikuwa wazi katika macho ya Nuru.

Alimtazama mgeni kwa hofu ingawa hakuuliza chochote. Mgeni alimtoa hofu kwa kucheka kidogo.

"Naona una wasiwasi. Usiwe na haja ya kuogopa kitu. Matokeo ya kazi hiyo yatakuwa mzaha mwingine wa kusisimua sana. Viongozi kadhaa watasinzia kwa dakika mbili tatu, wengine watacheka bila sababu. Litakuwa jalllbo la kuchekesha kidogo ambalo halijawahi kutokea katika historia ya dunia. Nitafurahi sana. Baada ya hapo.. utarudi zako hapa na kuchukua laki zako mbili uzifanye upendavyo.

Halafu tutapanga mipahgo ya baadaye. Nimekuwa'kijana sasa. Sio mzee asiyeweza kitu. Unasemaje?"

Nuru hakuwa na jibu. Hofu ilikuwa ikizidi kujengeka katika fikra zake.Hofu ambayo ilimfanya azidi kumchukia mtu huyu aliyekaa mbele yake. Alitamani amfukuze tena. Lakini hakuona kama ingesaidia. Hivyo alitulia kimya akimtazama, na kisha kuhamishia macho yake juu ya kopo la poda na laki mbili zilizolala juu ya meza.

"Nakukumbusha tena. Utajipaka uwapo mkutanoni tu. Dakika moja kabla ya kuanza kuwahudumia," alieleza.

"Nani aliyekwambia kuwa nitafanya kazi yao hiyo ya kishenzi?" Nuru alifoka. "Ondoka na vitu vyako vyote. Nakuonya kwa mara ya mwisho. Au nitaita pulisi."

Ndipo Nuru alipoiona hasira kali katika macho ya mtu huyu. Ilikuwa hasira baridi. Hasira ya kutisha. Ilijitokeza katika sauti na tabasamu lake aliposema kwa upole: "Utaifanya. La sivyo, nitakuua hadharani. Nitakuwa pale pale mkutanoni nikikutazama. Fanya chochote kinyume cha matakwa yangu na utaona nitakavyokufanya. Utajuta kuzaliwa na kujutia kifo chako. Kitakuwa kifo cha kinyama kuliko unavyoweza kukadiria. Jaribu kukiuka uone ... "

Shetani asingeweza kumtisha Nuru zaidi ya sauti hii. Ilikuwa sauti ihyobeba ukweli, bila ya mzaha. Sauti iliyofanana na mauti yenyewe.

Ndio kwanza hofu ikauteka moyo wa Nuru. Akafumba macho na kuruhusu machozi mengi kumtoka. Alipoyafumbua mgeni hakuwepo.

Pesa na poda vilikuwa mezani.

***

Na sasa wakati ulikuwa umewadia. Vmati mkubwa wa wananchi ulikuwa umekusanyika mbele ya hoteli ya Mount Meru kiasi cha kufanya eneo zima Iiwe kama msitu wa miti yenye uhai na rangi mbalimbali. Wake kwa waume, wazee kwa vijana walisimama juani kwa utulivu, kando ya barabara ya Moshi-Arusha kutoka mjini hadi hapa hotelini. Kila mmoja alikuwa na hamu kubwa ya kuwaona

121

viongozi hao ambao walitarajiwa kufika wakati wowote. Kila mmoja alikuwa na sababu yake ambayo ilimfanya astahimili jua na kusubiri. Wengi walikuwa wameitikia wito wa kujitokeza kuwapokea viongozi. Baadhi walikuja kwa kufahamu kuwa hii ilikuwa fursa pekee ya kuwaona ana kwa ana watu hawa mashuhuri ambao huonekana katika magazeti au kwa televisheni tu. Pia walikuwepo wale ambao hamu yao ilikuwa kumwona kiongozi fulani tu baada ya kuzisikia sifa zake nyingi redioni. Kadhalika walikuwepo watu si haba ambao walikuwepo kwa jukumu la kuwahakikishia usalama wao.

Mtu mmoja tu alikuwepo kwa dhamira tofauti. Yeye alikuja kushuhudia kifo chao. Mtu huyo alipofikiria mshangao ambao utawapata watu kwa kuwaona viongozi wao wakianguka mmoja kwa mwingine, alijichekelea kimoyomoyo. Kufa hadharani, kama mzaha! Aliwaza kwa furaha. Kwa mara ya kwanza redio zote duniani zitapata habari ya kusisimua. Magazeti yatapata habari yenye moto. Televisheni zitatoa kitu kinachostahili. Dunia itashangaa, ulimwengu utaduwaa. Litakuwa jambo ambalo halijawahi kutokea katika historia ya dunia. Kwa mkono wake, atakuwa ameusimamisha mkondo wa historia ya Afrika. Ataibadili historia! Furaha ilioje! aliwaza.

Na kwa nini wasife? alijiambia. Kwa nini ilihali kati yao kuna walioua wenzao na kusababisha madimbwi ya damu za watu wasio na hatia katika nchi zao kabla ya kupokonya madaraka? Kwa nini wasife hat a wale ambao walipewa kura na wananchi lakini wamewasaliti kwa kusahau shida za watu hao na badala yake ni wao binafsi wanaonenepa na kufura matumbo? Kwa nini wasife hata wale ambao japo hawatumii vyeo vyao kujaza matumbo bado wameng'ang'ania madaraka bila nia yoyote ya kuwaachia wengine watawale? Wana haki ya kufa. Wote na kwa pamoja! Hadharani!

Wakati akiwaza hayo Proper alikuwa katika umati uliozunguka hoteli kama raia yeyote mwema. Macho yake yalikuwa wazi yakitazama kila uso kwa makini. Nyuso nyingi alizoziona, uzoefu ulimwambia kuwa ni za wapelelezi. Bila shaka walikuwa na silaha zao tayari, na walikuwa wakimtafuta yeye. Endapo wangemwona, alijua kuwa wangemwua kwanza na kumsaili baadaye. Ndiyo, alikuwa katika eneo la hatari. Hata hivyo hakuwa na hofu yoyote. Alikuwa na hakika kuwa wasingeweza kumpata. Wao walikuwa wakimtafuta Proper wanayemfahamu wakati yeye sasa alikuwa Proper mwingine ambaye hata mama yake alimyemzaa asingeweza kumfahamu. Zaidi, walikuwa wakimtafuta mtu mwenye bastola au bomu la mkono wakati yeye alikuwa mikono mitupu kama raia wengine. Ama, kwa ulinzi wao wote madhubuti, watashangaa watakapoona viongozi wao wakianguka mmoja baada ya mwingine.

Hata hivyo, hofu kidogo ilikuwa ikijipenyeza katika moyo wake.

Ikawa mara yake ya kwanza kuona hofu, na ikamshangaza zaidi ya ilivyomtisha. Anahofia nini? Mkubwa? Nuru atamwangusha? Hilo halikumtia hofu. Alijua kuwa alikuwa amemweka Nuru katika kona ambayo asingeweza kuponyoka. Kidogo alimhururnia kwa kujua kuwa atakufa na viongozi hao mara baada ya kuwahudumia. Alimsikitikia zaidi kwa kujua kuwa kifo chake hakitapewa'ttzito wowote japo ni mzuri mno. Itakuwa sawa na inzi aliyekufa pamoja na tembo.

Hofu iliendelea kuutekenya moyo wa Proper. Anaogopa nini? alijiuliza tena. Kuna nini cha kuhofia? Au amefanya makosa kuja hapa? Pengine angekaa mahala fulani na kusubiri redio zirnletee habari hiyo ya kusisimua? U puuzi ulioje! Angepata wapi fursa nyingine ya kushuhudia kitendo kama hiki cha kihistoria? Pincii marais zaidi ya kumi, mawaziri zaidi ya ishirini na makatibu wasio na idadi wakifa kwa kulali. meza zao, mmoja baada ya mwingine, nani atakayehangaika kumtafuta mtu wa kawaida aliyeko katika umati wa watu wa kawaida? Zaidi ya hayo, nani atakayefaulu kumpata? Wakati wao watakapowafikisha marehemu katika hospitali ya Mount Meru yeye atakuwa Namanga akitafuta njia za mkato. Wakati habari zitakapoanza kutangazwa atakuwa angani akitokea Nairobi kuelekea New York ambako atanunua gazeti la TIMES na kujua nani na nani walikufa, nani mwenye bahati ya mtende aliyeponea chupuchupu. Suala la nani atachukua madaraka baada ya nani na atafanya nini zaidi ya nani hakuona kama lingemhusu ...

Mawazo ya Proper yalikatizwa na gari la kwanza ambalo liliwasili.

Lilikuwa na askari wengine wenye vyeo vya juu. Kati yao Proper alimtambua Inspekta Kombora. Alionekana kama ambaye hakuwa amepata usingizi wa kutosha kwa siku mbili tatu. Proper akamhurumia kwa kujua kuwa muda si mrefu atapata mshangao mkubwa wa maisha yake ambao utamfanya apelekwe hospitali pamoja na marehemu wengine mfano wa mgonjwa wa moyo.

Magari yakaendelea kufika. Viongozi mbalimbali waliteremka kutoka magari hayo huku wakishangiliwa na wananchi. Waliwasalimu wananchi kwa midomo na mikono, kisha waliingia hotelini ambamo tafrija kubwa ilikuwa imeandaliwa ikiwasubiri.

Sasa! Proper aliwaza kwa furaha, moyo ukizidi kumdunda. Nuru alikuwa mmoja kati ya watu walioandaliwa kuwalaki viongozi hao na kuwaongoza katika viti vyao. Aliifanya kazi hiyo kama kawaida huku akifanya kila aliloweza kuficha hofu na wasiwasi uliokuwemo katika roho yake kiasi cha kumfanya atetemeke kidogo. Hata hivyo shamrashamra na vigelegele vilivyokuwepo vilisaidia katika kuifanya hali yake isishukiwe na mtu yeyote.

Hatimaye ukawadia wakati ambao Nuru alikuwa akiuogopa kuliko nyakati zote. Wakati wa kuanza tafrija. Sasa alitetemeka bila kipingamizi. Ilimshangaza kwamba hakuna mtu yeyote ambaye alikuwa amemshuku hadi sasa. Akayatupa macho yake nje, katika umati uliojazana mbele ya hoteli ukisubiri viongozi watoke. Kama alivyotegemea aliyaona macho ya yule mgeni wake wa jana yakimtazama na kumkumbusha adhabu ya kifo inayomsubiri endapo hatafanya kama alivyoamriwa. Hakuwa na la kufanya zaidi ya kwenda katika chumba chao cha maandalizi ambako kwa mkono unaotetemeka alichukua mfuko wake na kutoa ile poda. Akaifungua karatasi ya nailoni aliyopewa na kuitazama kwa makini. Ikamshangaza kuona kuwa ilikuwa poda ya kawaida MALAIKA ambayo hutengenezwa na kimojawapo cha viwanda vyetu vilivyoko katika mji wa Tanga. Hii kweli itafanya miujiza anayotaka ifanyike yule mwenda wazimu? alijiuliza.

Ifanye, isifanye; kwa hali yoyote Nuru alijiona kuwa alikuwa akifanya kosa kubwa katika maisha yake kutii matakwa ya mtu yule wa ajabu. Maisha ya viongozi ni maisha ya thamani kubwa. Kiongozi wa nchi ndiye nchi yenyewe. Mamilioni ya watu wanamtegemea. Vipi yeye Nuru, mtu asiye na lolote wala chochote aShiriki katika mzaha wa kuwafanya watu hawa wapumbazike kwa dakika kadhaa? Na vipi iwapo kuna madhara zaidi ya hayo aliyodai yule mgeni? Ni hayo yaliyomtia hofu. Hata hivyo alijikuta hana njia ila kutii. Akaitoa poda biyo na kujipaka kama alivyoelekezwa. Ikamshangaza zaidi kuona hata harufu ilikuwa ya kawaida kama zilivyo poda za kawaida. Kisha alirudi ukumbini na kuanza kuwahudumia viongozi. Muda si mrefu kazi ikawa imekwisha. Viongozi walitulia wakila na kunywa vinywaji vyao kama kawaida. Wawili watatu walizungumza au kutaniana. Kisha tafrija ikawa imekwisha. Wakaanza kuinuka kuyaendea magari yao, wananchi wakiwashangilia.

Halikuwepo jambo lolote lisilo la kawaida lililotokea.

Ni hilo tu? Nuru alijiuliza kwa furaha. Akajidharau kwa kuhofia jambo lisilo na madhara. Bila shaka ulikuwa mzaha mwingine wa yule mtu. Kama ni mzaha, hata zile laki mbili zitakuwa mzaha pia? alijiuliza.

Haiwezekani! Proper alifoka kimoyomoyo huku akishindwa kuyaamini macho yake alipoona viongozi hao, wote wakitoka na kuyaendea mltgari ambayo yaliwapeleka katika jumba la mikutano Alec. Haiwezekani kabisa. Sumu iliyokuwemo katika poda ile ilikuwa kamili na kali ambayo ingetosha kuua kwa harufu tu. Kwa nini wasidhurike? Au ni kweli kuwa wengi wao wanalindwa na miti shamba yenye nguvu? Lakini kama kweli wana uchawi mbona mara nyingi wanakufa kwa kitu kidogo kama risasi ya bastola? Kama uchawi vipi hata yule msichana mdogo Nuru asidhurike? Haiwezekani!

Lilifanyika jambo. Nuru atalijutia jambo hila alilofanya! aliwaza akiyasaga meno yake kwa hasira.

Mtu mmoja tu katika umati huo alikuwa akiyatazama yote hayo kwa furaha, tabasamu pana likiwa usoni mwake. Akiwatazama Nuru na Proper kwa zamu, aliyasoma mawazo yao. Tabasamu lake likageuka kicheko.

Mtu huyu aliitwa au kujiita Duncan.

***

"Utakufa kifo cha kinyama kuliko vifo vyote vya kinyama ambavyo vimewahi kutokea katika historia ya dunia. Na kabla ya kufa utaniambia kitu gani ulifanya hat a poda ile ikashindwa kuwaua wale mnaowaita viongozi."

Kuwaua! Ndio kwanza Nuru akafahamu jukumu gani alilokuwa nalo. Kwa muda akawa amesahau Ipaafa ambayo yalikuwa wazi'mbele yake, badala yake alijisikia faraja kuona kuwa mkono wake haukuwa umefaulu katika kitendo cha kishenzi kama hicho kama kingetokea. Angewatazamaje b'inadamu wengine? Angeishije katika dunia hii na doa la damu nzito kama hilo?

"Ulifanya nini wewe malaya?"

Nuru akakumbuka kumtazama. Kila kitu kilikuwa wazi katika macho hayo. Yalitisha kama macho ya simba aliyejeruhiwa, yakitangaza mauaji. Hakuwa na chochote mkononi; bastola wala kisu. Lakini Nuru alijua kuwa mikono yake iliyokakamaa, ambayo ilikuwa ikitetemeka kwa hasira ilitosha kumwua kwa pigo moja tu. Tangu tafrija ilipokwisha Nuru alikuwa na wasiwasi. Alijua kuwa jambo moja au jingine lilikuwa limeenda kinyume cha matakwa. Alihofia sana kurudi nyumbani. Hivyo waliporuhusiwa kuondoka yeye alipitia kwa marafiki ambao alizungumza nao hadi saa tatu za usiku. Ndipo aliporudi nyumbani peke yake baada ya juhudi zake za kumshawishi mmoja wao kufuatana naye kutofanikiwa.

Hakushangaa kukuta laki mbili hazipo. Wala hakushangaa kuona ufunguo ukijipenyeza katika tundu la kitasa na kuufungua mlango taratibu. Kama alivyotegemea aliingia mtu yule yule akiwa katika sura na umbo lake la jana. Aliufunga mlango nyuma yake na kumtazama Nuru kwa macho yake makali. Hakupoteza muda wake zaidi bali aliyasema yale aliyokusudia kuyasema.

"Hutaki kusema ulichokifanya, siyo? Nikulazimishe?" Proper alinguruma,

Kwa mara ya kwanza Nuru akaupata ulimi wake na kujitetea kwa udhaifu: "Sikufanya chochote zaidi ya kutekeleza matakwa yako. Na kama nia yako ilikuwa kuwaua watu wale wasio na hatia basi Mungu hakutaka."

"Unaijua hatia wewe?" Proper aliendelea kufoka. "Unasema ulifanya kila nilichokuambia? Ebu ilete poda hiyo niione."

Nuru aliitoa na kumkabidhi. Proper aliipokea kwa uangalifu, Mara akatokwa na ukelele wenye mchanganyiko wa hasira na mshangao. "Uliupata wapi uchafu huu?" alifoka.

"Ni wewe uliyenipa."

"Una wazimu," alinguruma. "Mimi nikupe takataka kama hii? Poda! Iliyotengenezwa hapa hapa!" akamkazia Nuru macho baridi. "Nakuhurumia sana bibie. Yeyote aliyekupa wazo la kunidhihaki kiasi hiki amekupa wazo la kipumbavu kuliko yote. Utakufa. Na kitakuwa kifo cha kinyama. Naapa. Lakini kabla hujafa utaniambia nani aliyekupa poda hii,"

Nuru akaduwaa. Nafasi ya hofu kwa muda ikachukuliwa na mshangao. Mtu huyu ana wazimu? alijiuliza. Ni yeye mwenyewe aliyemletea pod a hiyo jana. Wala hakuwa ameigusa jana usiku bali aliacha pale pale mezani na kulala. Na alipoamka ilikuwa pale pale pamoja na pesa zake.

"Ni wewe uliyenipa. Mimi sikuigusa wala ... "

"Vizuri" Proper alimkatiza. "Yaelekea umelmua kunidhihaki.

Sasa nitakuonyesha mimi ni nani. Nadhani hujui watu wangapi wamesafiri kwenda kaburini kwa mkono huu. Utawafuata.

Utakwenda kuwauliza wakufahamishe mimi ni nani," alisita kidogo akimtazama Nuru, "Umekuwa msichana mzuri sana. Hufai kufa kabla ya kuonjwa tuone kama uzuri huo ni wa nje tu, au hata ndani, hasa baada ya kukupa ule uongo kuwa nilikatwa uume wangu. Nataka ujue mimi ni nani."

Nuru akaduwaa. Alitamani kupiga kelele lakini sauti ilikuwa kama iliyouhama mwili wake.

"Vua nguo zako zote." Bado Nuru aliduwaa.

"Nasema vua. Au unapenda nizivue mimi? Usitegemee kuvuliwa kistaarabu," Proper alisema akimsogelea Nuru polepole. Macho yake yalidhihirisha kila dalili ya unyama, na yalimfanya Nuru ashikwe na hofu kubwa na kumkodolea macho.

"Utavua au nikuvue?" Proper alihoji tena mikono yake ikiliendea koo la Nuru na kuanza kuliminya.

"Hatazivua na wala hutazivua," ilisema sauti nyepesi kutoka nyuma yao. Wote wakageuka kutazama. Msemaji alikuwa akitokea bafuni, aliwasogelea taratibu sigara ikiwa mkono mmoja, bastola mkono wa pili. Alikuwa akitabasamu.

"Heko Bi. Nuru, U msichana shujaa kuliko nilivyotegemea. Umenifurahisha sana kwa kutobabaishwa kwako na mwehu kama huyu. Poa moyo. Hatafanya lolote la kinyama tena kwako."

Sauti haikuwa ngeni masikioni mwa Nuru. Ilikuwa sauti ambayo aliizowea sana. Sauti ambayo aliondokea kuihusudu hata akaipenda. Lakini sura na umbile lilikuwa la mtu asiyemfahamu kabisa. Umbo zuri lenye dalili zote za afya na sura ya kuvutia yenye kila dalili ya ushujaa. Sura ambayo ilioana sana na sauti yake. Kwa Nuru hii ilikuwa enzi yake ya miujiza. Hivyo kwa kuzingatia alivyoifahamu sauti hiyo alisema polepole. "Wewe ni Duncan."

Mgeni huyo akacheka. "U msichana shujaa na mwenye hekima sana. Umewezaje kunifahamu kwa urahisi kiasi hicho?" Kisha alimgeukia Proper na kusema: "Hata hivyo, rafiki yangu huyu ananifahamu kwa jina lingine kabisa. Nililazimika kujigeuza sura na umbile kuwa Duncan ili kumdhihirishia huyo kuwa utaalamu wa binadamu kujibadili si jambo geni katika nchi hii. Kila mtu anaweza. Sivyo Proper?"

Proper alikuwa katika wakati mgumu mno katika maisha yake.

Mshangao aliokuwa nao ulikuwa mkubwa kiasi cha kutawala hofu na hasira ambayo ilikuwa imeanza kujitokeza. Hakupenda kuyaamini macho yake, kuwa kijana huyu mwenye bastola mkononi, tabasamu la dhihaka usoni, alikuwa Joram Kiango mtu ambaye aliamini kuwa alikufa kitambo. Hivyo, aliondoa mikono yake kutoka shingoni mwa Nuru na kukirudia kiti chake ambacho alikikalia.

"Haiwezekani. Huwezi kuwa Joram. Yeye alikufa kitambo kwa mkono wangu."

"Alaa! Basi lazima ukubali kuwa amerudi kutoka kuzimu ili akupe salamu zako kutoka huko."

Proper hakujibu. Wala hakuwa mtu wa kupoteza muda kuwaza kitu gani kimemfanya Joram kuwa hai hadi sasa. Bila shaka lilifanyika kosa fulani katika mauaji yale ya bomu. Na ni kosa hilo ambalo limempa Joram fursa ya kumshinda na kuharibu mipango yake yote kwa kule kufikiriwa kuwa hayuko duniani. Kwa kadri anavyomfahamu, ni yeye aliyekuwa ameingilia kati baina yake na Nuru. Ni yeye aliyeiba ile poda yake ya sumu na kuweka hii ya kawaida. Huo ndio mtindo wake. Kuharibu mipango madhubuti kwa namna ya dhihaka, kama mzaha. Hasira alizokuwa nazo Proper kwa Nuru zikamgeukia Joram. Alitamani ainuke na kumrukia. Amwue kinyama kuliko historia ya mauji ya kinyama duniani inavyoweza kukadiria. Amtafune mzima mzima! Alisita kwa kuiona bastola ya Joram ambayo ilikuwa ikimchungulia usoni.

Joram alikuwa akiyasoma mawazo ya Proper. Akacheka kidogo kabla hajasema:

"Ndiyo. Nililazimika kufuata mtindo wako wa uoga, kujiticha katika sura za bandia ili niweze kupambana nawe vizuri. Dawa ya moto ni moto. Hata hivyo sina budi kukiri kuwa karibu nikate tamaa baada ya kuona siku zinakwisha kabla hujajitokeza kuanza harakati zako za kinyama. Kidogo nihadaike kama Inspekta Kombora na wasaidizi wake kuwa umekimbilia nje ya nchi. Hata hivyo sikukata tamaa. Nilijua njia ambayo ungeitumia kujaribu kuwauwa viongozi wengi kama wale ingekuwa kwa sumu ile ileCambayo ulithubutu kuitumia kwangu ukashindwa, lakini ukafaulu kumwua mpcnzi Neema," Joram alisita kidogo kwa huzuni. "Ndiyo, Neema pamoja na watu wengi wasio na hatia," aliendelea.

Akaeleza alivyolazimika kukaa hotelini, akijifanya mtoto wa tajiri aliyeko Ulaya na kuzungumza na kila mtu. Ingawa alizungumza mambo ya kawaida tu bila kutia dalili za upelelezi, lakini alikuwa kazini akimchunguza kila mfanyakazi. Akitazama kwa makini nani ambaye angekuwa na dalili yoyote ya kukutana na mtu mwenye tabia

za Proper. "Hasa nilijua ungewatumia wasichana wazuri," aliendelea, "na kwa kuwa hakukuwa na mzuri zaidi ya dada yangu Nuru hapa, ilinibidi nimtazame kwa makini zaidi. Kidogo nikate tamaa hadi jana nilipomwona katika hali isiyo ya kawaida nikapata matumaini. Kisha nilikiona kidani ambacho ulimpa kama zawadi. Kidani ambacho kina mitambo ya kunasia sauti na kusafirisha hadi ulipo. Nia yako ilikuwa kusikiliza anazungumza nini na akina nani. Hivyo nilipomshawishi akivue na kumhoji mengi bila ya yeye kujua uliamua kumtisha. Msaada alionipa haukuwa mdogo. Uliniwezesha kUwa mmoja wenu katika mkutano wenu wa jana wakati ukimpa ile sumu na laki mbili baada ya kumtisha sana. Ingawa nilikuwa msikilizaji tu bado nilinufaika sana. Nilisubiri hadi ulipokuwa umeondoka na binti huyu amelala ndipo niliingia na kuichukua poda ile ya hatari na badala yake kuweka hiyo ya kawaida ambayo niliinunua kutoka katika duka la jirani."

Akimgeukia Nuru, Joram alisema, "Laki mbili zako vilevile nilizichukua. Ninavyomfahamu huyu nilijua alikuwa akisubiri usafui pamoja na viongozi kisha arudi hapa na kuzichukua. Hivyo nimezihifadhi mahala ili baada ya shughuli hii iliyobaki uje uzichukue. Ni haki yako kabisa kwa usumbufu aliokufanyia."

Akamgeukia Proper tena:

"Nawe pengine utafurahi kusikia kuwa sumu yako iko katika mikono ya polisi? Niliipeleka huko iIi ichunguzwe. Baada ya uchunguzi ikijulikana nchi na kiwanda gani kinatengeneza sumu hatari kama hiyo, suala litapelekwa katika Umoja wa Mataifa. Lazima anayeruhusu kutengenezwa kwa sumu hiyo ahukumiwe vikali. Wakati dunia inafanya kila juhudi kupunguza silaha za hatari yeye anathubutu kutengeneza kitu cha hatari kama hiki?"

Joram alisita kidogo akiwasha sigara nyingine. Macho yake yalikuwa yakimtazama Proper kwa makini. Tabasamu lilikuwa limetoweka na hasira kali kupokonya nafasi yake. Hata hivyo alisema kwa utulivu, "Dunia haijapata kumwona mwenda wazimu kama wewe. Una roho chafu kuliko mnyama yeyote. Ni ajabu kuwa huna mkia. U nyama wako umewazidi Hitler na Mussoline. U mewazidi Idd Amin na Bokassa. Hata kaburu Voster na Smith hawakufikii. Kwa kweli ulistahili kufikishwa mahakamani ili dunia nzima ikuone.

Inspekta Kombora na wasaidizi wake watafika hapa baada ya dakika chache. Wangestahili kukuchukua na kukufikisha mahakamani. Lakini nimelazimika kuwachelewesha kidogo iii wafikapo waikute maiti yako. Ni juu yao kama wataamua kuitupa vichochoroni iliwe na mbwa koko au kuifikisha mahakamani. Lakini lazima waikute. Niliahidi zamani kukuua kwa mkono wangu mwenyewe iii kulipa kisasi kwa wote uliowaua kikatili, hasa mpenzi wangu Neema Idd."

Proper alianza kutetemeka kidogo. Ni rahisi sana kuua mtu. Lakini si rahisi kuuawa huku ukitazama. Akailaani bahati yake kwa kutochukua silaha yoyote siku hiyo. Kwa kweli alikuwa hazihitaji. Aliamini maraisi wangekufa kwa sumu. Na mwishowe binti huyu angekufa kwa mikono mitupu. Kidole chake kimoja kingetosha kumwua.

Joram akamgeukia Nuru. "Bibie. Tafadhali toka nje ili niimalize kazi hii. Sipendi ushuhudie anavyokufa mshenzi huyu. Kesho jioni utapokea furushi lenye pesa zako zote. Mimi nitakuwa nimeondoka kurudi Dar es Salaam. Hivyo nadhani hii ni kwa heri ya kuonana."

Nuru hakuinuka. Alikuwa akimtazama Joram kama mtu atazamavyo mchezo wa kuigiza katika sinema. Yawezekana huu ukawa mwisho? Mwisho wa ndoto zake zote juu ya Duncan ambaye ametukia kuwa Joram Kiango? Joram ambaye amezisikia sifa zake mara nyingi na kumhusudu kupindukia? Asingependa uwe mwisho. Asingekubali. Mara akaangua kilio. Hakujua kinachomliza.

"Nuru," Joram alitamka kwa mshangao.

***

Mtutu wa bastola yenye nguvu ulikuwa ukiwachungulia kutoka nje kupitia dirishani. Bastola ilikuwa mikononi mwa mtu ambaye aliufunika uso wake kwa tambara jeusi. Ilikuwa ikimwelekea Proper. Lakini ingeweza kumpata Joram vizuri zaidi. Aliyeishika alisikitika kwa kujua kuwa hakuwa amepewa amri ya kumwua Joram. La sivyo, ingekuwa kazi ndogo sana. Hakujua lini ingetokea tena nafasi nyingine nzuri kama hii. Akaielekeza vizuri katika paji la uso wa Proper.

***

"Nuru ..." Joram alikuwa akisema tena wakati mlio usio wa kawaida ulipolipuka chumbani humo. Alijirusha chini akimpitia Nuru na kuanguka naye sakafuni, bastola yake ikielekea mlangoni! U singizi ambao hakuutegemea ulimpitia papo hapo.

Dakika chache baadaye alizinduka. Alishangaa kujiona akiwa kamkurnbatia Nuru kama walivyoanguka. Alipotupa macho katika kiti alichokalia Proper alishangaa kuona kitu kama uji uji uliochanganyika na damu nzito. Baada ya kutazama kwa makini ndipo alipofahamu ni kipi alichokuwa akishuhudia. Ulikuwa ubongo wa binadamu uliotoka katika kichwa kilichofumuliwa na risasi. Yeyote aliyefyatua risasi hiyo alikuwa ameifanya kazi yake kikamilifu. Na hakusahau kuuchukua mzoga wa aliyekuwa Proper.

Kwa nini hakuuchukua ubongo wake pia? Joram alijiuliza. Au waliuacha ili uwe ushahidi kuwa adui 'yake amekufa? Hakuona kama ingemsaidia. Alikuwa ameapa angemwua kwa mkono wake. Yeyote aliyemwua alikuwa amemsaliti. .

Hasira mpya zikampanda Joram. Akaiinua bastola yake na kuiclekeza katika kifua chake. Akafumba macho.

"Joram!" sauti ndogo ya kike ikamwonya.

Akafumbua macho na kukutana na yale ya Nuru, yenye machozi na huzuni, ambayo yalikuwa yakimtazama kwa namna ya kusihi na kumbembeleza kama yanayosema: "Huwezi kufanya hivyo". Ingawa kwa mdomo hakusema lolote, Joram akajua kuwa asingeweza kujiua. Hakuwa mtu wa kujiua. Akaitupa bastola hiyo chini na kuinuka akitoka zake nje.

"Joram!" Nuru aliita akimfuata. "Unataka nini zaidi?" alifoka.

Nuru alipomfikia alimshika mkono na kumwambia, "Huwezi kuondoka katika hali hiyo Joram. Nataka nikusaidie kukufariji umsahau Neema. Niko tayari kufanya chochote na kupoteza kila kitu mradi uusahau msiba ulio nao moyoni. Tafadhali nipokee Joram."

Ilikuwa sauti ile ile ya Nuru. Sauti isiyoweza kupingika. Na alimtazama kwa macho yale yale laini yanayosihi na kubembeleza.

Macho ambayo hayangepuuzwa. Alisema huku vidole vyake laini vikiuchezeachezea mkono wa Joram katika hali inayoshawishi na kuchokoza kwa kiwango kisichostahimilika. U mho lake lilikuwa lile lile lenye kila chema ambacho macho ya binadamu hustarehe kutazama na mikono ikiburudika kuligusa.

Ndiyo, Joram ni shujaa. Lakini nani aliyesema kuwa ana moyo wa chuma?

- TAMATI-
Mwanza 15/3/86

Printed in the United States
By Bookmasters